영어대조

태국어회화

한국외국어대학 태국어과 교수
이 한 우 편저

외국어도서전문
1945
문예림

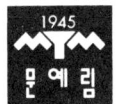

영어대조 **태국어 회화**

재판 4쇄 발행 2002년 2월 1일 / 재판 4쇄 발행 2002년 2월 5일 / 편저자 서석연 / 발행인 서덕일 / 발행처 도서출판 문예림 / 출판등록 1962년 7월 12일 제2-110호 / 주소 서울 광진구 군자동 195-21호 문예B/D 201호 / 전화 (02) 499-1281~2 팩스 (02) 499-1283
http://www.bookmoon.co.kr / Email:my1281@lycos.co.kr
ISBN 89-7482-073-0 13790

잘못된 책은 구입하신 서점에서 교환하여 드립니다.

머 리 말

　서기 1980년대 초반부터 개방되어 내려온 해외 진출 문호가 점차 활짝 개방되면서 상호 왕래가 계속 가중되어 서기 1990년대에 접어들어 날로 좁아져가고 있는 세계사회 속에서 우리가 상호 충만한 이해력과 적응력을 발휘하여 제반 사회 업무를 아주 효율적으로 추진해나가는데 있어서 그 무엇보다도 가장 중요한 것 가운데 하나가 바로 세계공통어로 되어 있는 영어는 물론이고 한층더 나아가서는 직접 그 나라의 언어를 사용하여 전통적인 사회적·문화적 배경과 생활환경 및 진정한 국민성을 옳게 파악하여 그에 충실히 적응해 나가는 것이다.

　본 저자는 바로 이러한 점을 감안하여 날로 광범위하게 인접되어가고 있는 국제화시대를 맞이하여 다방면에 걸쳐 제반 국제 교류업무에 지대한 관심을 소지하고 국제사회, 그 중에서도 특히 동남아시아 제국의 핵심국가 가운데 하나인 태국을 왕래하는 이들이 가일층 가중됨에 따라 국제사회의 공통어인 영어는 물론이고 현지 고유 언어인 태국어학습터득의 필요성을 가일층 실감하게 됨에 따라 언제 어디서나 스스로 능히 익힐수 있는 "여행필수 한-영-태국어 회화"를 저술하게 되었다.

  이에 본 저자는 모쪼록 이 "여행필수 한-영-태국어 회화"가 세계 공통어인 영어를 기반으로 닦아나감과 동시에 태국어를 활용하고자하는 애독자 여러분에게 큰 도움이 배려되어 각기 진출한 현실사회에서 이를 충분히 활용하고, 또 한층더 나아가서는 이를 계기로 해서 태국을 충분히 활용하고, 또 한층더 나아가서는 이를 계기로 해서 태국을 비롯한 제반 국제 사회 업무 진출에 올바른 길잡이가 되길 바라는 마음 그지 없으며, 끝으로 이 책을 저술하여 편찬하는데 다방면으로 많은 협조와 심의를 베풀어 준 문예림 출판사에 깊은 감사를 드린다.

1996년 9월

저자 이한우

태국어의 자음

현재 사용하고 있는 태국어의 42자 자음은 발음상으로 다음과 같이 21음의 초자음 음가와 8음의 종자음 음가등 크게 두가지로 분류할 수가 있다.

순 서	자 음	발음(어)	음 가	
			초자음 (21음)	종자음 (8음)
1	ก	꺼-	ㄲ	ㄱ
2	ณ, น	너-	ㄴ	ㄴ
3	ฎ, ด	더-	ㄷ	ㄷ
4	ฏ, ต	떠-	ㄸ	ㄷ
5	ร	러-	ㄹ(R)	ㄴ
6	ล, ฬ	ㄹ러-	ㄹㄹ(L)	ㄴ
7	ม	머-	ㅁ	ㅁ
8	บ	버-	ㅂ	ㅂ
9	ป	뻐-	ㅃ	ㅂ
10	ซ, ศ, ษ, ส	써-	ㅆ	ㄷ

순 서	자 음	발음(어)	음 가	
			초자음 (21음)	종자음 (8음)
11	ง	응어ㅡ	Ng	Ng
12	อ	어ㅡ	ㅇ	
13	ว	워ㅡ	W	오
14	ญ	여ㅡ	Y	ㄴ
	ย	여ㅡ	Y	이
15	จ	쩌ㅡ	ㅉ	ㄷ
16	ช	처ㅡ	ㅊ	ㄷ
	ฉ, ฌ	처ㅡ	ㅊ	
17	ข, ค, ฆ	커ㅡ	ㅋ	ㄱ
18	ฐ, ฑ, ฒ	터ㅡ	ㅌ	ㄷ
	ถ, ท, ธ			
19	พ, ภ	퍼ㅡ	ㅍ	ㅂ
	ผ	퍼ㅡ	ㅍ	
20	ห, ฮ	허ㅡ	ㅎ	
21	ฝ	훠ㅡ	F	
	ฟ	훠ㅡ	F	ㅂ

태국어의 모음

태국어의 모음은 모두 32자로 구성되어 있는데, 이는 다음과 같이 성조법상으로 장모음 12자와 단모음 12자, 중모음 4자, 장음절모음 2자 및 단음절모음 2자로 분류한다.

장모음		단모음		중모음	
모음	발음	모음	발음	모음	발음
-า	아-	-ะ	아	ใ-	아이
-ี	이-	-ิ	이	ไ-	아이
-ื(-ือ)	으-	-ึ	으	เ-า	아오
-ู	우-	-ุ	우	-ำ	암
เ-	에-	เ-ะ(เ-็-)	에		
แ-	애-	แ-ะ(แ-็-)	애		
โ-	오-	โ-ะ	오		
-อ	어-	เ-าะ	어		
-ัว(-ว-)	우-어	-ัวะ	우어		
เ-ีย	이-야	เ-ียะ	이야		
เ-ือ	으-어	เ-ือะ	으어		
เ-อ(เ-ิ-)	으ㅓ-	เ-อะ	으ㅓ		

장음절 모음		단음절 모음	
모 음	발 음	모 음	발 음
ฤๅ	르-(R)	ฤ	르, 리, 러(R)
ฦๅ	르-(L)	ฦ	르(L)

(단, เ - อ + ย = เ - ย (으ㅓ-이))

태국어의 기본 숫자

1. ๑ (능) 2. ๒ (써-ㅇ)
3. ๓ (싸-ㅁ) 4. ๔ (씨-)
5. ๕ (하-) 6. ๖ (혹)
7. ๗ (쩯) 8. ๘ (빼-ㄷ)
9. ๙ (까오) 10. ๑๐ (씹)

태국어의 성조부호 사용법

① 평성(ㅡ) : 처음부터 끝까지 꾸준히 보통음성 그대로를 발음하는 평성.
② 1성(\) : 보통음성에서 시작하여 계속 낮게 발음하는 1성.
③ 2성(∧) : 보통 음성에서 시작하여 약간 높게 뻗어 올려 발음해내는 2성.
④ 3성(/) : 보통음성에서 시작하여 약간 높게 뽑아 올려 흡입해서 발음하는 3성.
⑤ 4성(∨) : 보통음성에서 시작하여 약간 낮은 음에서 약간 높은 음성으로 오르내리며 발음하는 4성.

태국어의 문장형식

제 1 형식 : 주어+완전자동사(준동사)
제 2 형식 : 주어+불완전자동사+보어
제 3 형식 : 주어+완전타동사+목적어
제 4 형식 : 주어+주어수식어+동사+목적어+목적어 수식어+동사수식어
(단, 동사수식어 만큼은 일부 그것을 강조하기 위해서 문장 맨 앞에 할수도 있음)

목 차

제1부 단 어 ·················· 9

제1과 대명사 ·················· 10

  1. 주 격 ·················· 10
  2. 소유격 ·················· 12
  3. 목적격 ·················· 14

제2과 명 사 ·················· 16

  1. 가족, 식구 ·················· 16
  2. 월, 요일, 시간 ·················· 20
  3. 방 향 ·················· 28
  4. 수 량 ·················· 32
  5. 장 소 ·················· 38
  6. 자 연 ·················· 42
  7. 신 체 ·················· 48
  8. 동 물 ·················· 56
  9. 집(가옥) ·················· 62
  10. 직 업 ·················· 66
  11. 개인용품 ·················· 72
  12. 음식물(식품) ·················· 82
  13. 조미료－요리기구 ·················· 90

제 3 과　수식사 ………………………… 94
  1. 기본수식사 …………………………… 94
  2. 색　깔 ………………………………… 98
  3. 맛 ……………………………………… 100
  4. 감정 / 감각 …………………………… 102

제 4 과　동　사 ………………………… 106

제 5 과　전치사 ………………………… 112

제 6 과　접속사 ………………………… 114

제 7 과　감탄사 ………………………… 116

제 2 부　기본표현 ……………………… 119

제 1 과　질의응답 ……………………… 120
제 2 과　인　사 ………………………… 122
제 3 과　질　문 ………………………… 124
제 4 과　청　구 ………………………… 126
제 5 과　기본문장 ……………………… 128

제 3 부　회　화 ………………………… 131

제 1 과　비행기 안에서 ………………… 132
제 2 과　입구수속(세관) ……………… 136
제 3 과　공항에서 ……………………… 140
제 4 과　은행에서 — 환전 ……………… 148

제 5 과　호텔에서-예약, 서비스 ……… 150

제 6 과　식사(음식) ………………… 156

제 7 과　관광안내 ……………………… 172

제 8 과　교통 …………………………… 176

제 9 과　상품매입(쇼핑) ………………… 188

제 10 과　전화, 우편 ………………… 194

제 11 과　질　병 ……………………… 206

제 12 과　사　랑 ……………………… 222

제1부
단 어

10 제1부 단 어

제 1 과 대명사 Pronoun

1. 주 격   nominative

나	I (for man / for woman)
저	oneself
우리	we
우리들	us
당신	you
선생님	you (to his⟨her⟩ Lordship)
그이, 그녀	they
그들	them

제 1 과   대명사

คำสรรพนาม	캄싼파나—ㅁ
กรรตุการก	깐뚜까—록
ฉัน	찬
ผม / ดิฉัน	폼(남자) / 디찬(여자)
เรา	라오
พวกเรา	푸—억라오
คุณ	쿤
ท่าน	타—ㄴ
เขา	카오
พวกเขา	푸—억카오

2. 소유격   Possessive

나의	my own
저의	my (for man / for woman)
우리의	our
우리들의	our (plural / numba)
당신의	your
선생님의	your (to his〈her〉 lordship)
그의	his / her
그들의	their

제1과 대명사 13

สัมพันธการก 쌈판타까-록

ของฉัน 커-ㅇ찬

ของผม / ของดิฉัน 커-ㅇ폼(남자) /
커-ㅇ디찬(여자)

ของเรา 커-ㅇ라오

ของพวกเรา 커-ㅇ푸-억라오

ของคุณ 커-ㅇ쿤

ของท่าน 커-ㅇ타-ㄴ

ของเขา 커-ㅇ카오

ของพวกเขา 커-ㅇ푸-억카오

3. 목적격   Objective

나	me
저	me(for man / for woman)
우리	us
우리들	us(plural numba)
당신	you
선생님	you(to his⟨her⟩ lordship)
그(사람)	him / her
그들	them

제 1 과 대명사 15

จุดมุ่งหมายการก	쫏뭉마ー이까ー록
ฉัน	찬
ผม / ดิฉัน	폼(남자) / 디찬(여자)
เรา	라오
พวกเรา	푸ー억라오
คุณ	쿤
ท่าน	타ーㄴ
เขา	카오
พวกเขา	푸ー억카오

제 2 과 명 사 Noun

1. 가족, 식구 member of family

가족	fámily
부모	párents
아버지	fáther
어머니	móther
자식 / 아동	chíld / chíldren
아들	son
딸	dáughter
형, 오빠	élder brother
누나, 언니	élder sister
남동생	yóunger brother

제2과 명 사

คำนาม	캄나-ㅁ
สมาชิกครอบครัว	싸마-칙크러-ㅂ크루-어
ครอบครัว	크러-ㅂ크루-어
พ่อแม่	퍼-매-
พ่อ	퍼-
แม่	매-
ลูก / เด็ก	루-ㄱ / 덱
ลูกชาย	루-ㄱ차-이
ลูกสาว	루-ㄱ싸-오
พี่ชาย	피-차-이
พี่สาว	피-싸-오
น้องชาย	너-ㅇ차-이

여동생	yíunger sister
최장수	eldest
최연소	yóungest
할아버지 / 외할아버지	gránd father
할머니 / 외할머니	gránd mother
손자·손녀 / 조카	gránd child / nephew
백부(아버지의 형이나 어머니의 오빠)	úncle
숙부, 고모 (아버지의 동생)	younger brother or sister of one's father
외삼촌, 이모 (어머니의 동생)	younger brother or sister of one's mother
백모(아버지의 누나나 어머니의 언니)	aunt
손자 / 조카(남자)	néphew
손녀 / 조카(여자)	niece
사촌형제나 자매	cóusin

제2과 명 사

น้องสาว	너−ㅇ싸−오
อายุมากที่สุด	아−유마−ㄱ티−쑷
อายุน้อยที่สุด	아−유너−이티−쑷
ปู่ / ตา	뿌− / 따−
ย่า / ยาย	야− / 야−이
หลาน	라−ㄴ
ลุง	룽
อา	아−
น้า	나−
ป้า	빠−
หลานชาย	라−ㄴ차−이
หลานสาว	라−ㄴ싸−오
ลูกพี่ / ลูกน้อง	루−ㄱ피− / 루−ㄱ너−ㅇ

20 제1부 단 어

친척	rélatives
며느리	daughter-in-low
사위	son-in-low
신랑	bridegroom
신부	bride

2. 월, 요일, 시간 Months · Day of a week · Date

1월	Jánuary
2월	Fébruary
3월	March
4월	April
5월	May
6월	June

제 2 과 명 사 21

ญาติ	야ᅳㄷ
สะใภ้, ลูกสะใภ้	싸파이, 루ᅳㄱ싸파이
เขย, ลูกเขย	크ㅓ-이, 루ᅳㄱ크ㅓ-이
เจ้าบ่าว	짜오바-오
เจ้าสาว	짜오싸-오
เดือน วัน วันเวลา	드-언, 완, 완웨-ㄹ라-
มกราคม	마까라-콤
กุมภาพันธ์	꿈파-판
มีนาคม	미-나-콤
เมษายน	메-싸-욘
พฤษภาคม	프르싸파-콤
มิถุนายน	미투나-욘

7월	Julý
8월	August
9월	Septémber
10월	Octóber
11월	Novémber
12월	Decémber
월요일	Mónday
화요일	Túseday
수요일	Wédnesday
목요일	Thúrsday
금요일	Fríday
토요일	Sáturday
일요일	Súnday

제 2 과 명 사 23

กรกฎาคม   까라까다-콤

สิงหาคม   씽하-콤

กันยายน   깐야-욘

ตุลาคม   뚜라-콤

พฤศจิกายน   프르싸찌까-욘

ธันวาคม   탄와-콤

วันจันทร์   완짠

วันอังคาร   완앙카-ㄴ

วันพุธ   완푿

วันพฤหัสบดี   완프르핟싸바디-

วันศุกร์   완쑥

วันเสาร์   완싸오

วันอาทิตย์   완아-틷

시간	hóur
시	o'clock
분	mínute
초	sécond
오전	the mórning
정오	noonday
오후	the afternóon
자정	midnight
그저께	the day before yésterday
어제	yésterday
오늘	today
내일	tomórrow
모레	the day after tomorrow

제 2 과 명 사 25

ชั่วโมง	추―어모―ㅇ
โมง	모―ㅇ
นาที	나―티―
วินาที	위나―티―
ก่อนเที่ยง, ตอนเช้า	꺼―ㄴ티―양, 떠―ㄴ 차오
เที่ยงวัน	티―양완
หลังเที่ยง, ตอนบ่าย	랑티―양, 떠―ㄴ바―이
เที่ยงคืน	티―양크―ㄴ
เมื่อวานซืนนี้	므―어와―ㄴ쓰―ㄴ니―
เมื่อวานนี้	므―어와―ㄴ니―
วันนี้	완니―
พรุ่งนี้	프룽니―
มะรืนนี้	마르―ㄴ니―

글피	two days after tomorrow
어젯밤	lást night
오늘아침	this morning
오늘저녁	this evening
새벽녘	dawn
야간	mídnight
대낮	daytime
주간	week
월	month
년	yéar
작년	lást year
금년	thís year
내년	next year

มะเรื่องนี้	마르-엉니-
เมื่อคืนนี้	므-어크-ㄴ니-
เมื่อเช้านี้	므-어차오니-
เมื่อเย็นนี้	므-어옌니-
รุ่ง , อรุณ	룽, 아룬
กลางคืน	끌라-ㅇ크-ㄴ
กลางวัน	끌라-ㅇ완
สัปดาห์ , อาทิตย์	쌉다-, 아-팃
เดือน	드-언
ปี	삐-
ปีที่แล้ว	삐-티-래-오
ปีนี้	삐-니-
ปีหน้า	삐-나-

매일	everyday
매주	every week
매월	every month
매년	every year
국경일	nationai day
휴일 / 공휴일	hóliday / official hóliday

3. 방향   Direction

동(쪽)	east
서(쪽)	west
남(쪽)	south
북(쪽)	north
동북(쪽)	nórtheast

제 2 과   명 사   29

ทุกวัน   툭완

ทุกอาทิตย์, ทุกสัปดาห์   툭아-틷, 툭쌉다-

ทุกเดือน   툭드-언

ทุกปี   툭삐-

วันชาติ   완차-ㄷ

วันหยุด/วันหยุดราชการ   완윳 / 완윧라-ㅅ차까-ㄴ

ทิศทาง   틷타-ㅇ

ทางตะวันออก   타-ㅇ따완어-ㄱ

ทางตะวันตก   타-ㅇ따완똑

ทางใต้   디-ㅇ따이

ทางเหนือ   타-ㅇ느-어

ทางตะวันออกเฉียงเหนือ 타-ㅇ따완어-ㄱ치-양느-어

동남(쪽)	sóutheast
서북(쪽)	nórthwest
서남(쪽)	sóuthwest
여기	here
거기	there
저기	thither
이쪽	over here
그쪽	over there
저쪽	over thither
옆쪽	beside
앞쪽	in front of
뒷쪽	back side
윗쪽	upside

ทางตะวันออกเฉียงใต้ 타—ㅇ따완어—ㄱ치—양따이

ทางตะวันตกเฉียงเหนือ 타—ㅇ따완똑치—양느—어

ทางตะวันตกเฉียงใต้ 타—ㅇ따완똑치—양따이

ที่นี่ 티—니—

ที่นั่น 티—난

ที่โน่น 티—노—ㄴ

ทางนี้ 타—ㅇ니—

ทางนั้น 타—ㅇ난

ทางโน้น 티—ㅇ노—ㄴ

ข้างๆ 캉카—ㅇ

ข้างหน้า 카—ㅇ나—

ข้างหลัง 카—ㅇ랑

ข้างบน 카—ㅇ본

아랫쪽	down side
수직선	verticality
수평선	horizóntal line
위도	latitude
경도	longitude

4. 수량　　　　　　　Quantity

1	one
2	two
3	three
4	four
5	five
6	six

제 2 과 명 사 33

ข้างล่าง   카̂ㅇ라̂ㅇ

เส้นตั้งฉาก, เส้นตั้งตรง   쎄̂ㄴ땅차̄ㄱ,
                                    쎄̂ㄴ땅뜨롱̄ㄱ

เส้นแนวนอน   쎄̂ㄴ내̄ㅡ오너̄ㄴ

เส้นรุ้ง   쎄̂ㄴ룽́

เส้นแวง   쎄̂ㄴ왜̄ㅇ

จำนวน   짬누̄ㅡ원

หนึ่ง   능̀

สอง   써̌ㅇ

สาม   싸̌ㅡㅁ

สี่   씨̀ㅡ

เก้า   하̂ㅡ

หก   혹

7	seven
8	eight
9	nine
10	ten
11	eléven
12	twélve
20	twénty
100	one húndred
1,000	one thóusand
10,000	ten thóusands
100,000	one húndred thósands
1,000,000	one míllion
억	one húndred millious

제 2 과 명 사 35

เจ็ด	쩯
แปด	빼—ㄷ
เก้า	까̂오
สิบ	씹
สิบเอ็ด	씹엣
สิบสอง	씹써—̂ㅇ
ยี่สิบ	이—̀씹
ร้อย	러—́이
พัน	판—
หมื่น	므—ㄴ
แสน	쌔—̂ㄴ
ล้าน	라—́ㄴ
พันล้าน	판—라—́ㄴ

10억	one bíllion
첫째	first
둘째	sécond
셋째	third
넷째	forth
다섯째	fifth
여섯째	sixth
일곱째	séventh
여덟째	eighth
아홉째	ninth
열째	tenth

หมื่นล้าน	므－ㄴ라－ㄴ
ที่หนึ่ง	티－능
ที่สอง	티－써－ㅇ
ที่สาม	티－싸－ㅁ
ที่สี่	티－씨－
ที่ห้า	티－하－
ที่หก	티－혹
ที่เจ็ด	티－쩻
ที่แปด	티－빼－ㄷ
ที่เก้า	티－까오
ที่สิบ	티－씹

5. 장소 Place

중심, 중앙	downtówn área
사업기지	búsiness dístrict
백화점	department store
공동체	residéntial quárter
건물	búilding
대사관	émbassy
시청	cíty hall
경찰서	políce box
유치원	kindergarten
초등학교	primary school
중등학교	middle school

제 2 과 명 사 39

สถานที่   싸타−ㄴ티−

ส่วนกลาง   쑤−언끌라−ㅇ

แหล่งธุรกิจ   래−ㅇ투라낏

ห้างสรรพสินค้า   하−ㅇ쌉파씬카−

ชุมชน   춤촌

ตึก   뜩

สถานทูต   싸타−ㄴ투−ㄷ

ที่ทำการเทศบาล   티−탐까−ㄴ테−ㅅ싸바−ㄴ

สถานีตำรวจ   싸타−니−땀루−얻

อนุบาล   아누바−ㄴ

โรงเรียนประถม   로−ㅇ리−얀쁘라톰

โรงเรียนมัธยมตอนต้น 로−ㅇ리−얀맏타욤떠−ㄴ똔

고등학교	high school
대학교	univérsity
도서관	library
절, 사원	témple
불전, 불당	cathédral
성장, 성곽	cástle
왕궁, 궁전	pálace
예술극장	théater
수족관(水族館)	aquárium
동물원	zoo
옛터	rúins
공항	airport
항구	hárbour

โรงเรียนมัธยมตอนปลาย	로-ㅇ리-얀맏타욤떠-ㄴ 쁠라-이
มหาวิทยาลัย	마하-위타야-라이
ห้องสมุด	허-ㅇ싸묻
วัด	왓
โบสถ์	보-ㄷ
ปราสาท	쁘라-싸-ㄷ
พระราชวัง	프라라-ㅅ치왕
โรงละคร	로-ㅇ라커-ㄴ
สถานเลี้ยงสัตว์น้ำ	싸타-ㄴ리-양쌋남
สวนสัตว์	쑤-원쌋
ซากโบราณสถาน	싸-ㄱ보-라-ㄴ싸타-ㄴ
สนามบิน	싸나-ㅁ빈
ท่าเรือ	타-르-어

망루(望樓), 감시탑	tówer
경기장	stádium

6. 자연   Nature

우주(宇宙)	úniverse
별(星)	star
태양, 해	sun
달(月)	moon
지구본	earth
봄	spring
여름	súmmer
가을	áutumn
겨울	wínter

제 2 과 명 사 43

หอคอย	허ˇ—커—이
สนามแข่งขัน	싸나ˇ—ㅁ캐ˇ—ㅇ칸ˇ
ธรรมชาติ	탐/마차^—ㄷ
จักรวาล	짝ㄲ라와—ㄴ
ดาว	다—오
พระอาทิตย์	프/라아—틷/
พระจันทร์	프/라짠
ลูกโลก	룩^—ㄱ로^—ㄱ
ฤดูใบไม้ผลิ	르/두—바이/마이플리\
ฤดูร้อน	르/두—러/—ㄴ
ฤดูใบไม้ร่วง	르/두—바이/마이루^—ㅇ
ฤดูหนาว	르/두—나ˇ—오

우기	ráiny season
건기	dry season
하늘	sky
구름	clóud
안개	fog
물	wáter
공기 / 날씨	áir
바람	wind
비	rain
눈(雪)	snow
폭풍	storm
번개	líghtning
천둥	thúnder

ฤดูฝน	르두-혼
ฤดูแล้ง	르두-래-ㅇ
ฟ้า	화-
เมฆ	메-ㄱ
หมอก	머-ㄱ
น้ำ	남
อากาศ	아-까-ㅅ
ลม	롬
ฝน	혼
หิมะ	히마
พายุ	파-유
ฟ้าแลบ	화-래-ㅂ
ฟ้าร้อง	화-러-ㅇ

벼락	thunder-bolt
지진	éarthquake
해변, 바닷가	séashore, beach
바다	sea
호수	lake
강(江)	ríver
작은 계곡, 작은 개울	créek
폭포	falls
산	moúntain
굴, 동굴	cave
온천	hót spring
흙	soil
바위	rock

제 2 과 명 사 47

ฟ้าผ่า   화−파−

แผ่นดินไหว   패−ㄴ딘와이

ชายทะเล   차−이타레−

ทะเล   타레−

ทะเลสาบ   타레−싸−ㅂ

แม่น้ำ   매−남

ลำธานเล็ก   람타−ㄴ렉

น้ำตก   남똑

ภูเขา   푸−카오

ถ้ำ   탐

น้ำพุร้อน   남푸러−ㄴ

ดิน   딘

ศิลา   씨라−

돌(石)   stone

모래   sand

식물   plant

나무   tree

꽃   flówer

7. 신체   Body

머리, 두뇌   head

두발, 머리카락   hair

이마   fórehead

얼굴   face

눈썹   eyebrow

속눈썹   eyelash

หิน 힌

ทราย 싸-이

พืช 프-ㅅ

ต้นไม้ 똔마이

ดอกไม้ 더-ㄱ마이

ร่างกาย 라-ㅇ까-이

หัว 후-어

ผม 폼

หน้าผาก 나-파-ㄱ

หน้า 나-

คิ้ว(ตา) 키-유(따-)

ขนตา 콘따-

눈	eye
귀	ear
코	nose
볼, 뺨	cheek
입	mouth
입술	lip
혀	tongue
이, 이빨	teeth
턱	chin
턱끝	chin's end
턱수염	beard
목, 목구멍	throat
목덜미	neck

ตา	따-
หู	후-
จมูก	짜무-ㄱ
กโบล , แก้ม	까보-ㄴ, 깨-ㅁ
ปาก	빠-ㄱ
ริมฝีปาก	림휘-빠-ㄱ
ลิ้น	린
ฟัน	환
คาง	카-ㅇ
ขาตะไกร	카-따끄라이
เครา	그라오
คอ	커-
ลำคอ	람커-

어깨	shóulder
겨드랑이 밑	ármpit
팔	arm
팔꿈치	élbow
손	hand
손목	wrist
손바닥	palm
손등	back of hand
손가락	fínger
손톱	fingernail
가슴	chest / bust
젖, 유방	breast
등	back

제 2 과 명 사 53

บ่า	바-
รักแร้	락래-
แขน	캐-ㄴ
ศอก	써-ㄱ
มือ	므-
ข้อมือ	커-므-
ฝ่ามือ	화-므-
หลังมือ	랑므-
นิ้ว	니유-
เล็บ(นิ้ว)	렙(니유-)
อก	옥
นม, เต้านม	놈, 따오놈
หลัง	랑

위, 배 belly

장 stómach

배꼽 nável

허리 wáist

엉덩이 hip

항문 ánus

허벅다리 thigh

무릎 knee

정강이 leg

장딴지 calf

발 foot

발복사뼈 ánkle

발톱 toenail

제2과 명 사

ท้อง	터−ㅇ
กระเพาะอาหาร	끄라퍼아−하−ㄴ
สะดือ	싸드−
เอว	에−오
ก้น	꼰
ปากช่องทวารหนัก	빠−ㄱ처−ㅇ타와−ㄴ낙
ขาอ่อน, น่อง	카−어−ㄴ, 너−ㅇ
เข่า, หัวเข่า	카오, 후−어카오
แข้ง	캐−ㅇ
น่อง	너−ㅇ
เท้า	디오
ตาตุ่ม	따−뚬
เล็บเท้า	렙타오

발바닥	sole
발뒤꿈치	heel
발등	top of the foot
발끝	toe
심장	heart
폐(肺)	lung
피(血)	blood
뼈	bone

8. 동물　　　　Animal

개(犬)	dog
고양이	cat
토끼	rábbit

제 2 과 명사 57

ฝ่าเท้า	화─타오
ส้นเท้า	쏜타오
หลังเท้า	랑타오
ปลายเท้า	쁠라─이타오
หัวใจ	후─어짜이
ปอด	뻐─ㄷ
เลือด	르─얻
กระดูก	끄라두─ㄱ
สัตว์	쌋
หมา	마─
แมว	매─오
กระต่าย	끄라따─이

쥐	móuse
돼지(豚)	pig
소	cow
양(羊)	sheep
말(馬)	horse
염소	goat
사슴	deer
원숭이	mónkey
낙타	cámel
호랑이	tíger
코끼리	élephant
사자	líon
곰	bear

제 2 과 명 사 59

หนู 누˅−

หมู 무˅−

วัว 우⁻어

แกะ 깨ˋ

ม้า 마́−

แพะ 패́

กวาง 꽈⁻ㅇ

ลิง 링⁻

อูฐ 우⁻ㄷˋ

เสือ 쓰˅−어

ช้าง 차́−ㅇ

สิงห์ 씽˅

หมี 미˅−

늑대	wolf
새	bird
닭	chícken
거위	goose
칠면조	túrkey
오리	duck
개구리	frog
거북이	túrtle
뱀	snake
악어	crócodile/álligaior
나비	bútterfly
파리잠자리	drágonfly
매미	cicáda

제 2 과 명 사 61

หมาป่า　　　　　마—빠—

นก　　　　　　녹

ไก่　　　　　　까이

ห่าน　　　　　하—ㄴ

ไก่งวง　　　　까이응위—ㅇ

เบ็ด　　　　　뻿

กบ　　　　　꼽

เต่า　　　　　따오

งู　　　　　　응우—

จระเข้　　　　찌—라케—

ผีเสื้อ　　　　피—쓰—어

แมลงปอ　　　말래—ㅇ뻐—

จักจั่น　　　　짝까짠

무당벌레   ládybird

달팽이   snail

사마귀   mántis

벌   bee

귀뚜라미   crícket

메뚜기   grásshopper

도마뱀   lízard

모기   mosquíto

파리   hóusefly

바퀴벌레   cóckroach

9. 집(가옥)   House

정문, 대문   frónt door

제 2 과 명 사 63

แมลงเต่าทอง　　　　말래—ㅇ따오터—ㅇ

หอยทาก　　　　　　허—이타—ㄱ

ตั๊กแตนตำข้าว　　　　딱까때—ㄴ땀카—오

ผึ้ง　　　　　　　　　픙

จิ้งหรีด　　　　　　　찡리—ㄷ

ตั๊กแตน　　　　　　　딱까때—ㄴ

จิ้งเหลน　　　　　　　찡레—ㄴ

ยุง　　　　　　　　　융

แมลงวัน　　　　　　말래—ㅇ완

แมลงสาบ　　　　　말래—ㅇ싸—ㅂ

บ้านเรือน　　　　　　바—ㄴ르—언

ประตูหน้าบ้าน　　　　쁘라뚜—나—바—ㄴ

복도	córridor
창문	wíndow
(마루) 바닥	flóor
(방의) 벽	wall
천정, 천장	céiling
거실	líving room
(가정이나 직장의) 식당	díning room
부엌	kítchen
목욕실	báthroom
(목욕실겸) 화장실	réstroom
침실	bédroom
계단	stair
아래층	downstáirs

제 2 과 명 사

ระเบียง	라비−양
หน้าต่าง	나−따−ㅇ
พื้น	프−ㄴ
ฝา	화−
เพดาน	페−다−ㄴ
ห้องนั่งเล่น	허−ㅇ낭레−ㄴ
ห้องอาหาร	허−ㅇ아−하−ㄴ
(ห้อง)ครัว	(허−ㅇ) 크루−어
ห้องน้ำ	허−ㅇ남
(ห้อง)สุขา, ห้องน้ำ	(허−ㅇ) 쑤카−, 허−ㅇ남
ห้องนอน	허−ㅇ너−ㄴ
บันได	반다이
ชั้นล่าง	찬라−ㅇ

위층	úpstáirs
이층	second floor
베란다	veránda
지붕	roof
정원	gárden

10. 직업　　　　　　Occupation

노동자	work man
회사원	cómpany emplóee
사업가	búsinessman
남자상인	mérchant
여자상인	woman monger
(초·중·고) 선생	téacher

ชั้นบน	찬본
ชั้นสอง	찬써-ㅇ
เฉลียง	찰리-양
หลังคา	랑카-
ส่วน	쑤-원
อาชีพ	아-치-ㅂ
กรรมกร	깜마꺼-ㄴ
พนักงานบริษัท	파낙응이-ㄴ 버-리쌋
นักธุรกิจ	낙투라낏
พ่อค้า	퍼-카-
แม่ค้า	매-카-
ครู	크루-

교수	professor
변호사	láwyer
통역자	intérpreter
기사, 기술자	enginéer
과학자	scíentist
사진사	photógrapher
음악가	musícian
(남자) 요리인	cook
(여자) 요리인	cooky
공무원	public servie personnel
경찰관	políceman
군인	military personnel
도지사	provincial governor

제2과 명사

อาจารย์	아-짜-ㄴ
ทนายความ	타나-이콰-ㅁ
ถาม	라-ㅁ
วิศวกร	위싸와꺼-ㄴ
นักวิทยาศาสตร์	낙위타야-싸-ㄷ
ช่างภาพ	차-ㅇ파-ㅂ
นักดนตรี	낙돈뜨리-
พ่อครัว	퍼-크루-어
แม่ครัว	매-크루-어
ข้าราชการ	카-라-ㅅ차까-ㄴ
ข้าราชการตำรวจ	카-라-ㅅ차까-ㄴ땀루-엇
ทหาร	타하-ㄴ
ผู้ว่าการจังหวัด	푸-와-까-ㄴ짱왓

군수	county headman
면장	chief magistrate of a myon
이장	head of village
시장	máyor
국회의원	cóuncilor
장관	minister
수상	prime minister
대통령	president
대학생	stúdent
초·중·고등학생	school children
(가정) 주부	hóusekeeper

제 2 과 명 사 71

นายอำเภอ	나-이얌프ㅓ-
กำนัน	깜난
ผู้ใหญ่บ้าน	푸-야이바-ㄴ
นายกเทศมนตรี	나-욕테-ㅅ싸몬뜨리-
สมาชิกสภา	싸마-칙싸파-
รัฐมนตรี	랃타몬뜨리-
นายกรัฐมนตรี	나-욕랃타몬뜨리-
ประธานาธิบดี	쁘라타-나-티버디-
นักศึกษา	낙쓱싸-
นักเรียน	낙리-안
แม่บ้าน	매-바-ㄴ

11. 개인용품　　　Personal goods

의복, 옷	dress
복장, 치장도구	clothing
셔쓰	shirt
블라우스	blouse
양복	western dress
바지	pants
치마, 스커트	skirt
스웨터	swéater
방한복	cárdigan
외복, 겉옷	jacket
내복, 내의	underwear

ของใช้ส่วนตัว 커－ㅇ차이쑤－언뚜－어

เสื้อผ้า 쓰－어파－

เครื่องนุ่งห่ม 크르－엉눙홈

เสื้อเชิร์ต 쓰－어츠ㅓ－ㄷ

เสื้อสตรี 쓰－어싸뜨리－

ชุดสากล 춧싸－꼰

กางเกง 까－ㅇ께－ㅇ

กระโปรง 끄라쁘로－ㅇ

สเว็ตเตอร์ 싸웻뜨ㅓ－

เสื้อกันหนาว 쓰－어깐나－오

เสื้อนอก , เสื้อชั้นนอก 쓰－어너－ㄱ,
쓰－어찬너－ㄱ

เสื้อใน, เสื้อชั้นใน 쓰－어나이, 쓰－어찬나이

비옷, 우비	raíincoat
방한복	woolen coat
외투, 오바	óvercoat
양말	socks
장갑	gloves
넥타이	(néck)tie
혁대	belt
모자	hat, cap
손목시계	wrist watch
스카프	scarf
세수수건	hándkerchief
타올, (목욕)수건	bath towel
손수건	napkin

เสื้อกันฝน	쓰-어깐혼
เสื้อกันหนาว	쓰-어깐나-오
โอเวอร์โคท	오-워-코-ㄷ
ถุงเท้า	퉁타오
ถุงมือ	퉁므-
เน็คไท	넥타이
เข็มขัด	켐캇
หมวก	무-억
นาฬิกาข้อมือ	나-리까-커-므-
ผ้าพันคอ	파-판커-
ผ้าเช็ดหน้า	파-쳇나-
ผ้าเช็ดตัว	파-쳇뚜-어
ผ้าเช็ดมือ	파-쳇므-

브래지어	brazier
아래속옷	panties
반바지	half trousers
긴바지	Long trousers
긴양말	panty hose
잠옷	níghtdress
(목욕용) 실내복	báth robe
비누	soap
머리감는 약, 샴푸	shampóo
빗	comb
거울	mírror
침대	bed
요, 침대보	bed sheets

제 2 과 명 사 77

เสื้อยกทรง   쓰—어욕쏭

กางเกงใน   까—ㅇ께—ㅇ나이

กางเกงขาสั้น   까—ㅇ께—ㅇ카—싼

กางเกงขายาว   까—ㅇ께—ㅇ카—야—오

ถุงเท้ายาว   퉁타오야—오

ชุดนอน   춧너—ㄴ

เสื้อคลุมสำหรับอาบน้ำ   쓰—어클룸쌈랍아—ㅂ남

สบู่   싸부—

น้ำยาสระผม   남야—싸폼

หวี   위—

กระจกเงา   끄라쪽응아오

เตียง   띠—양

ผ้าปูที่นอน   파—뿌—티—너—ㄴ

벼게	píllow
이불	blánket
반지	ring
목걸이	nécklace
귀걸이	éarring
팔찌	brácelet
브로치, 안전핀	brooch
벨트, 허리띠	belt
신발	shoes
구두	leather shoes
운동화	gým shoes
부츠	boots
고무신	rubber shoes

제 2 과 명 사 79

หมอน	머–ㄴ
ผ้าห่ม	파–홈
แหวน	왜–ㄴ
สร้อย, สร้อยคอ	써–이, 써–이커–
ต่างหู, ตุ้มหู	따–ㅇ후–, 뚬후–
กำไล, กำไลมือ	깜라이, 깜라이므–
เข็มกลัด	켐끌랏
เข็มขัด	켐캇
รองเท้า	러–ㅇ타오
รองเท้าหนัง	러–ㅇ타오낭
รองเท้ากีฬา	러–ㅇ타오끼–ㄹ라–
รองเท้าหุ้มแข้ง	러–ㅇ타오훔캐–ㅇ
รองเท้ายาง	러–ㅇ타오야–ㅇ

샌들	sándals
슬리퍼	slíppers
우산	umbrélla
양산	parasol
가방	bag
장갑	gloves
양말	socks
담배	cigarétte
솜(綿)	cótton
면(絹)	silk
양털	wool
가죽	léather
연필	péncil

รองเท้าสาน　러-ㅇ타오싸-ㄴ

รองเท้าแตะ　러-ㅇ타오때

ร่ม , ร่มกันฝน　롬, 롬깐혼

ร่มกันแดด　롬깐대-ㄷ

กระเป๋า　끄라빠오

ถุงมือ　퉁므-

ถุงเท้า　퉁타오

บุหรี่　부리-

สำลี　쌈리-

ไหม　마이

ขนแกะ　콘깨

หนัง　낭

ดินสอ　딘써-

펜	báll-point pen
만년필	fountain pen
볼펜	ball pen
노트	notebook
신문	néwspaper
잡지	magazíne
책	book
사전	díctionary

12. 음식물(식품)   Foodstuffs

과자	sweet meats
빵	bread
쌀로만든 소면	rice flow moodle

제2과 명 사 83

ปากกา 빠ー ㄱ까ー

ปากกาหมึกซึม 빠ー ㄱ까ー묵씀

ปากกาลูกลื่น 빠ー ㄱ까ー루ー ㄱ르ー ㄴ

สมุด, สมุดโน๊ต 싸뭇, 싸뭇노ー ㄷ

หนังสือพิมพ์ 낭쓰ー핌

นิตยสาร, แม็กกาซีน 닛따야싸ー ㄴ, 맥까ー씨ー ㄴ

หนังสือ 낭쓰ー

พจนานุกรม 폿짜나ー누끄롬

ของกิน 키ー ㅇ낀

ขนม 카놈

ขนมปัง 카놈빵

ขนมจีน 카놈찌ー ㄴ

밥	rice
계란	egg
고기	meat
생선	fish
버터, 황유	butter
치즈	cheese
감자	potáto
양파	ónion
양배추	cábbage
상치	léttuce
오이	cúcumber
고추	chili
후추	pepper

ข้าว	카－오
ไข่	카이
เนื้อ	느－어
ปลา	쁠라－
เนย	느ㅓ－이
เนยแข็ง	느ㅓ－이캥
มันฝรั่ง	만화랑
หัวหอม	후－어허－ㅁ
กะหล่ำปลี	까람쁠리－
ผักกาดหอม	팍까－ㄷ허－ㅁ
แตงกวา	때－ㅇ꽈－
พริก	프릭
พริกไทย	프릭타이

생고추 green pepper

배추 Chinese léttuce

가지 éggplant

(날)무우 rádish

당근 cárrot

밤 chéstnut

도마도 tomáto

콩 beans

시금치 spínach

호박 squásn

마늘 gálic

생강 gíger

(조미료) 겨자 mústard

พริกหวาน	프릭와－ㄴ
ผักกาดขาว	팍까－ㄷ카－오
มะเขือ	마크－어
หัวไชเท้า	후－어차이타오
แครอท	캐－러－ㄷ
เกาลัด	까오랏
มะเขือเทศ	마크－어테－ㅅ
ถั่ว	투－어
ผักขม	팍콤
ฟักทอง	확터－ㅇ
กระเทียม	끄라티－얌
ขิง	킹
มัสตาด	맏싸따－ㄷ

딸기	stráwberry
바나나	banánas
사과	ápple
오랜지	órange
포도	grápes
레몬	lémon
참외	mélon
복숭아	peach
배	pear
수박	wáter melon
파인애플	píneapple
사탕(과자)	cándy
쵸코렡	chócolate

제 2 과 명 사 89

สะตรอเบรี่   싸뜨러—베—리—

กล้วย   끌루—어이

แอปเปิ้ล   애—ㅂ쁘ㅓ—ㄴ

ส้ม   쏨·

องุ่น   앙운

มะนาว   마나—오

แตงไทย   때—ㅇ타이

ลูกท้อ   루—ㄱ터—

ลูกแพร์   루—ㄱ패—

แตงโม   때—ㅇ모—

สับปะรถ   쌉빠롯

ลูกอม   룩—ㄱ옴

ช็อกโกแลต   척꼬—래—ㄷ

아이스크림	íce-cream
비스킷	bíscuits
요리인	cóokies
바삭바삭한 빵	crákers
얇게썬 감자튀김	potáto chips
과자, 케이크	cákes
파이	pie

13. 조미료-요리기구

Seasonings-cooking utensils

기름	óil
지방(脂肪)	lard
설탕	sugar
소금	salt

ไอศกรีม	아이싸크리－ㅁ
บิสเก็ต	비싸껫
คุกกี้	쿡끼－
ขนมปังกรอบ	카놈빵끄러－ㅂ
มันฝรั่งทอด	만화랑터－ㄷ
ขนมเค้ก	카놈켁
พาย	파－이
เครื่องปรุงรส－เครื่องครัว	크르－엉쁘룽롯－크르－엉크루－어
น้ำมัน	남만
ไขมัน	카이만
น้ำตาล	남따－ㄴ
เกลือ	끌르－어

간장	soy sauce
소스, 양념	sauce
후추	pépper
식초, 오렌지쥬스	vínegar
된장	bean paste
부엌칼	kítchen knife
도마	chópping board
솥, 남비	cóoking pan
후라이팬	frýing pan
뚜껑	cóver
난로	pórtable cooker

ซีอิ๊ว	씨－유－
ซ้อส	써－ㄷ
พริกไทย	프릭타이
น้ำส้ม	남쏨
เต้าเจี้ยว	따오찌－야오
มีดทำครัว	미－ㄷ탐크루－어
เขียง	키－양
หม้อ	머－
กระทะ	끄라타
ฝา	화－
เตา	따오

제3과 수식사   Adjective

1. 기본수식사   Basic Adjectives

자비롭다 / 잔인하다	kind / unkind
점잖다, 말끔하다.	políte
점잖지 못하다, 말끔하지 못하다.	rúde
크다 / 작다	big / small
길다 / 짧다	long / short
넓다 / 좁다	wide / nárrow
깊다 / 얕다	deep / shállow
시급히 / 천천히	quick / slow
아침일찍 / 늦게	early / late
멀다 / 가깝다	far / near

คำวิเศษณ์	캄위쎄－ㅅ
คำวิเศษณ์เบื้องต้น	캄위쎄－ㅅ브－엉똔
ใจดี / ใจดำ	짜이디－/짜이담
สุภาพ , เรียบร้อย	쑤파－ㅂ, 리－얍러－이
ไม่สุภาพ , ไม่เรียบร้อย	마이쑤파－ㅂ, 마이리－얍러－이
ใหญ่ / เล็ก	야이 / 렉
ยาว / สั้น	야－오 / 싼
กว้าง / แคบ	꽈－ㅇ / 캐－ㅂ
ลึก / ตื้น	륵 / 뜨－ㄴ
รีบ / ช้า	리－ㅂ / 차－
เช้าๆ / ช้าๆ	차오차오 / 차차－
ไกล / ใกล้	끌라이 / 끌라이

강하다 / 약하다	strong / weak
무겁다 / 가볍다	heavy / light
부드럽다 / 강하다	soft / hard
낡다 / 새롭다	old / new
싸다 / 비싸다	cheep / expénsive
둥글다 / 네모지다	round / squáre
곧장, 똑바로 / 휘다, 굽다	straight / cróoke
예쁘다 / 더럽다	clean / dirty
밝다 / 어둡다	bright / dark
늙다 / (여자가) 젊다, (남자가) 젊다	old / young
뚱뚱하다 / 날씬하다	fat / thin
부지런하다 / 게으르다	indústrious / lazy
조용하다 / 시끄럽다	quiet / nóisy

제 3 과 수식사 97

แข็ง / อ่อน	캥 / 어−ㄴ
หนัก / เบา	낙 / 바오
นิ่ม / แข็ง	님 / 캥
เก่า / ใหม่	까오 / 마이
ถูก / แพง	투−ㄱ / 패−ㅇ
กลม / สี่เหลี่ยม	끌롬 / 씨−리−얌
ตรง / คด, งอ	뜨롱 / 콧, 응어−
สวย / สกปรก	쑤−워이 / 쏙까쁘록
สว่าง / มืด	싸와−ㅇ / 므−ㄷ
แก่ / สาว, หนุ่ม	깨− / 싸−오, 눔
อ้วน / ผอม	우−언 / 퍼−ㅁ
ขยัน / ขี้เกียจ	카얀 / 키−끼−얏
เงียบ / อึกทึก	잉이−얍 / 윽까특

2. 색갈 Colour

빨간색의	red
감색, 남색의	blue
초록색의	green
노랑색의	yéllow
자주색의	púrple
핑크색의	pink
오랜지색의	órange
진홍색의	cirmson
갈색의	brown
회갈색의	beige
크림색의	cream

สี	씨—
แดง	대—ㅇ
น้ำเงิน	남응으ㅓ—ㄴ
เขียว	키—아오
เหลือง	르—엉
ม่วง	무—엉
ชมพู	촘푸—
ส้ม	쏨
แดงจ้า	대—ㅇ짜—
น้ำตาล	남따—ㄴ
น้ำตาลอ่อน	남따—ㄴ어—ㄴ
ครีม	크리—ㅁ

백색의	white
회색의	grey
흑색의	black
금색의	gold
은백색의	sílver
진한(색)	dark
약한(색)	light
감미로운(색)	sweet

3. 맛 Taste

짜다	sálty
시다, 시큼하다	sour
맵다	hot

ขาว	카-̌오
เหา	타̄오
ดำ	담̄
ทอง	터-̄ㅇ
เงิน	응으ㅓ̄-ㄴ
เข้ม	케-̂ㅁ
อ่อน	어-̀ㄴ
หวาน	와-̌ㄴ
รส	롯́
เค็ม	켐̄
เปรี้ยว	쁘리-̂야오
เผ็ด	펫̀

쓰다	bítter
맛있다	delícious
맛없다	unsavory
순수하다	plain

4. 감정 / 감각 Emotion / feelings

재미있다	ínteresting
놀랍다	amázing
감명스럽다, 인상적이다	impréssive
(좋아서) 흥분하다	excíted
아주좋다/아주 예쁘다	very good / béautiful
이상하다	stránge
두렵다	áwful

제3과 수식사

ขม	콤
อร่อย	아러-이
ไม่อร่อย	마이아러-이
รสไม่จัด	롯마이짯
อารมณ์ / ความรู้สึก	아-롬 / 콰-ㅁ루-쓱
สนุก	싸눅
ตกใจ	똑짜이
น่าประทับใจ	나-쁘라탑짜이
ตื่นเต้นดีใจ	뜨-ㄴ떼-ㄴ디-짜이
ดีอย่างยิ่ง / สวยมาก	디-야-ㅇ잉 / 쑤-워이마-ㄱ
แปลก	쁠래-ㄱ
น่ากลัว	나-끌루-어

추악하다, 보기싫다	úgly
잔인하다, 흉악하다	térrible
괴롭다, 속상하다	glóomy
편안하다/불안하다	peauful / uneasy
가렵다	ítchy
아프다	páinful
덥다	hot
따뜻하다	warm
시원하다	cool
춥다	cold

น่าเกลียด	나―끌리―얏
ร้ายกาจ	라―이까―ㅈ
กลุ้มใจ	끌룸짜이
รู้สึกสบาย/รู้สึกไม่สบาย	루―쓱싸바―이 /루―쓱마이싸바―이
คัน	칸
เจ็บ	쩹
ร้อน	러―ㄴ
อบอุ่น	옵운
เย็น	옌
หนาว	나―오

제4과 동사 Verb

가다	go
타다	ride, get in
내리다	descénd, get off
앉다	sit
서다	stand
걷다	walk
달리다	run
들어오다	get in, enter
나가다	get out
도착하다	arríve
판매하다, 팔다	sell

คำกริยา   캄끼리야—

ไป   빠이

ขึ้น   큰

ลง   롱

นั่ง   낭

ยืน   이은—ㄴ

เดิน   드ㅓ—ㄴ

วิ่ง   윙

เข้ามา   카오마—

ออกไป   어—ㄱ빠이

ถึง   틍

ขาย   카—이

매입하다, 사다	buy
지불하다	pay
(돈을) 받다, 모으다	pick up
버리다	threw away
사용하다	use
(잠에서) 깨다	get up
누어자다, 잠들다	sleep
먹다 / 식사하다	eat
마시다	drink
(옷을) 입다 / 넣다	wear / put in
요리하다	cook
빨래하다	wash clothes
목욕하다	take a bath

ซื้อ	쓰-
จ่าย	짜-이
เก็บ	껩
ทิ้ง	팅
ใช้	차이
ตื่น	뜨-ㄴ
นอนหลับ	너-ㄴ랍
กิน / ทาน	낀 / 타-ㄴ
ดื่ม	드-ㅁ
ใส่	싸이
ทำอาหาร, ปรุงอาหาร	탐아-하-ㄴ, 쁘룽아-하-ㄴ
ซักผ้า	싹파-
อาบน้ำ	아-ㅂ남

불키다 / 불끄다	turn on / off the light
보다	look
듣다	listen
말하다	tell
읽다	read
쓰다	write
생각하다	think
배우다, 수업하다	learn
웃다	laugh
울다	cry
화내다	get angry
노래부르다	sing
춤추다	dance

제4과 동 사

เปิดไฟ / ปิดไฟ	쁘ㅓ—ㄷ화이/삣화이
ดู	두—
ฟัง	황
พูด	푸—ㄷ
อ่าน	아—ㄴ
เขียน	키—얀
คิด	킷
เรียนหนังสือ	리—얀낭쓰—
หัวเราะ	후—어러
ร้องไห้	러—ㅇ하이
โกรธ	ㄲ로—ㄷ
ร้องเพลง	러—ㅇ플레—ㅇ
รำ	람

제 5 과 전치사 Preposition

…에	at
…에서	from
…위에	on, up
…안에	in
…와	to, with
…에 관하여	about
…에 의하여	by
…앞에	befóre
…뒤에	áfter
…의	of
…로	with
…밑에	down, under

คำบุพบท	캄붑파봇
ที่	티-
จาก	짜-ㄱ
บน	본
ใน	나이
กับ	깝
เกี่ยวกับ	끼-야오깝
เคย	도-이
หน้า	나-
หลัง	랑
ของ	커-ㅇ
ด้วย	두-워이
ล่าง	라-ㅇ

제 6 과 접속사   Conjuetion

…하는	that
그리고	and
또는	or
그러나	but
비록 …일지라도	even though
…사이에	dúring
…할때	when
만약 …라면	if
왜냐하면	because
그러므로	there fove
…임에도 불구하고	although
어떻든간에	anyhow

제6과 접속사

คำสันธาน	캄싼타-ㄴ
ที่	티-
และ	래
หรือ	르-
แต่	때-
ถึง , แม้,ถึงแม้	틍, 매-, 틍메-
ระหว่าง	라와-ㅇ
เมื่อ	므-어
ถ้า,หาก,ถ้าหาก	타-, 하-ㄱ, 타-하-ㄱ
เพราะ(ว่า)	프러(와-)
เพราะฉะนั้น,ดังนั้น,ฉะนั้น	프러차난, 당난, 차난
ทั้ง ๆ ที่	탕탕티-
อย่างไรก็ตาม	야-ㅇ라이꺼-따-ㅁ

제7과 감탄사 Exelamation

만세 !	hurrah !
어 !	oh !
아이구 !	oh, my !

คำอุทาน	캄우타－ㄴ
ไชโย	차이요－
อ้อ	어－
อุ๊ย	우이

제2부
기본표현

Pattani's mosque

제 1 과 질의응답 Question and answer

네	Yes.
아니오. / ~아니요.	No. / not
이해해요.	I understand.
이해하지 못해요.	I don't understand.
그래요.	That's right.
그렇지 않아요.	That's not right
~하십시요.	Please.
고마워요.	Thanks
감사해요.	Thank you.
대단히 감사해요.	Thank you very much.
괜찮아요.	You are welcome.

제1과 질의응답

การถามตอบ	까-ㄴ타-ㅁ떠-ㅂ
ครับ / ค่ะ	크랍(남자)/카(여자)
เปล่า / ไม่	쁠라-오/마이
เข้าใจ	카오짜이
ไม่เข้าใจ	마이카오짜이
ใช่	차이
ไม่ใช่	마이차이
เชิญ	츠ㅓ-ㄴ
ขอบใจ	커-ㅂ짜이
ขอบคุณ	커-ㅂ쿤
ขอบคุณมากกรับ / ค่ะ	커-ㅂ쿤마-ㄱ크랍(카)
ไม่เป็นไร	마이뻰라이

미안해요.	I'm sorry.
죄송해요.	Excuse me.

제 2 과 인 사   Greeting

안녕하세요(아침인사)	Good morning.
안녕하세요(오후인사)	Good afternoon.
안녕히 주무세요 (저녁인사)	Good evening. / Good night.
먼저 가겠어요.	Good bye.
다시 만나요.	See you later.
알게되어서 반가워요.	I am glad to know you
당신을 만나게 되어서 반가워요.	Nice to meet you.
편안하시지요?	How are you?
네, 편안해요. 당신은요?	Fine thank you. And you?

ขอโทษ	커-토-ㅅ
ขอประทานโทษ	커-쁘라타-ㄴ토-ㅅ

การทักทาย	까-ㄴ탁타-이

สวัสดีครับ (ค่ะ)	싸왓디-크랍(카)
สวัสดีครับ (ค่ะ)	싸왓디-크랍(카)
ราตรีสวัสดิ์ครับ (ค่ะ)	라-뜨리-싸왓크랍(카)
ขอลาก่อน	커-라-꺼-ㄴ
พบกันใหม่	폽깐마이
ยินดีที่ได้รู้จัก	인디-티-다이루-짝
ยินดีที่ได้พบกับคุณ	인디-티-다이폽깝쿤
สบายดีหรือ	싸바-이디-르-
สบายดี คุณละครับ (คะ)	싸바-이디-쿤라크랍(카)

저도 편안해요.	I am fine also

제3과 질 문 Question

무어예요?	What?
누구예요?	Who?
어디에요?	Where?
어떻게요?	How?
어느거요?	Which?
어디에 있어요?	Where?
언제요?	When?
왜요?	Why?
이것을 무엇이라고 부르지요?	How do you say this?
이것은 무엇을 의미하지요?	What does it mean?

제 3 과 질 문

ผมก็สบายดีครับ(ค่ะ)	폼꺼-싸바-이디-크랍(카)
คำถาม	캄타-ㅁ
อะไร	아라이
ใคร	크라이
ไหน, ที่ไหน	나이, 티-나이
อย่างไร	야-ㅇ라이
อันไหน	안나이
อยู่ที่ไหน	유-티-나이
เมื่อไร (เมื่อไหร่)	므-어라이(므-어라이)
ทำไม	탐마이
อันนี้เรียกว่าอะไร	안니-리-약와-아라이
อันนี้หมายความว่าอะไร	안니-마-이콰-ㅁ와-아라이

어떻게 하지요?	How can I do?
얼마지요?	How much?
몇?	How many?
…이지요?	Do you…?
영어를 말해요?	Do you speak English?
…할 수 있어요?	Can you…?
태국어를 말할수 있어요?	Can you speak Thai language?

제4과 청 구   Request

…해주세요.	I'd like…
…을 원하다.	I Want to
…좀 해주세요.	Could you…?
다시한번 말씀해 주세요.	Please speak again.

제 4 과 청 구 127

ทำอย่างไร	탐야－ㅇ라이
เท่าไร(เท่าไหร่)	타오라이(타오라이)
กี่	끼－
.....ไหม	…마이
พูดภาษาอังกฤษไหม	푸－ㄷ파－싸－앙끄릳마이
.....ได้ไหม	…다이마이
พูดภาษาไทยได้ไหม	푸－ㄷ파－싸－타이다이마이
การขอร้อง	까－ㄴ커－러－ㅇ
ขอ.....	커－…
ต้องการ	떠－ㅇ까－ㄴ…
ช่วย.....หน่อย	추－워이…너－이
กรุณาพูดอีกครั้งนะครับ(คะ)	까루나－푸－ㄷ이－ㄱ 크랑나크랍(카)

좀 천천히 말씀해 주세요.   Please speak more slowly.

제 5 과 기본문장   Basic sentence

…이예요.	It's…
…이 아니예요.	It isn't…
…이 었어요.	It was…
…이 아니었어요.	It wasn't…
…일거예요.	It will be…
…이 아닐거예요.	It won't be
…이 있어요.	There's / There are…
…이 없어요.	There is no / There are no…
…이지요?	Is it…?
…이 있어요?	Is there / Are there…?

제5과 기본문장

ช่วยพูดช้าๆหน่อย	추-워이푸-ㄷ차차-너-이
ประโยคเบื้องต้น	쁘라요-ㄱ 브-엉똔
.....ครับ/ค่ะ	··크랍/카
ไม่ใช่....	마이차이···
ใช่.....	차이···
ไม่ใช่.....เลย	마이차이···르ㅓ-이
คงจะ.....	콩짜
คงจะไม่.....	콩짜마이···
มี.....	미-···
ไม่มี.....	마이미-···
.....ใช่ไหมครับ/คะ	···차이마이크랍/카
มี.....ไหมครับ/คะ	미-···마이크랍/카

제3부
회 화

Das Wahrzeichen der Stadt Songkhla, die Meerjungfrau

제 1 과 비행기 안에서
On the plane

제좌석은 어디에 있어요?
Where is my seat?

안전(좌석)벨트를 매세요.
Fasten your seatbelt.

과일쥬스 좀 주세요.
Please juice please.

…한컵 더 주시겠어요?
May I have another glass / cup of…?

모포 좀 주세요
Please give me a blancket.

지금 어디를 통과하지요?
Where do we fly now?

기분이 안좋은거 같아요
I feel sick.

몇시에 도착하지요?
What time do we arrive?

비행기
plane

ในเครื่องบิน

나-이 크르-ㅇ 빈

ที่นั่งของผม / ดิฉัน อยู่ที่ไหนครับ / คะ

티-낭커-ㅇ폼(디찬) 유-티-나이크랍(카)

กรุณา รัด เข็มขัดที่นั่ง

까루나-랏켐캇티-낭크랍(카)

ขอ น้ำผลไม้ หน่อยครับ / คะ

커-남폰라마이너-이크랍(카)

ขอ.....อีก สัก แก้ว ได้ไหมครับ / คะ

커-…이-ㄱ싹 깨-오 다이마이크랍(카)

ขอ ผ้าห่มนอน หน่อยครับ / ค่ะ

커-파-홈너-ㄴ 너-이크랍(카)

เดี๋ยวนี้ กำลัง ผ่าน ที่ไหนครับ / คะ

디-야오니-깜랑파-ㄴ티-나이크랍(카)

รู้สึก ไม่สบายครับ / ค่ะ

루-쓱 마이 싸바-이크랍(카)

ถึง กี่โมงครับ / คะ

틍 끼-모-ㅇ 크랍(카)

เคื่องบิน

크르-엉빈

여승무원 / 승무원
stewardess / steward

(비행기) 기장
captain

비행기가 뜨다 / 비행기가 내리다.
take off / landing

금연!
No smoking

비상구
emergency exit

구명대
life jacket

얼굴가리개, 복면
oxygen mask

화장실
rest room

시차(時差)
time difference

แอร์โฮสเตส / สจ๊วต

애-호-싸떼-ㅅ/싸쭈어-ㄷ

กัปตัน , กัปตันเครื่องบิน

깝딴, 깝딴 크르어-ㅇ 빈

เครื่องบินขึ้น / เครื่องบินลง

크르-엉빈 큰/크르-엉빈 롱

ห้ามสูบบุหรี่

하-ㅁ 쑤-ㅂ 부리-

ทางออกฉุกเฉิน

타-ㅇ어-ㄱ 축 츠ㅓ-ㄴ

เสื้อชูชีพ

쓰-어추-치-ㅂ

หน้ากาก

나-까-ㄱ

สุขา

쑤카-

เวลาที่คลาดเคลื่อนกัน

웨-ㄹ라-티-클라-ㄷ클르-언 깐

제 2 과 입구수속(세관)
Immigration · the Curstoms

여권 좀 보여주세요.
Show me your pasport.

네, 여기 있어요.
Here it is.

여기에 여행온 목적이 무엇이지요?
What is your purpose for this trip?

관광왔어요.
Just sightseeing

일하러 왔어요.
I'm here on business.

여기에 몇일간 있을거지요?
How long are you going to stay here?

여기에 … 일간 있을거예요.
I'll be staying…

아직 몰라요.
I don't know yet.

영어로 말씀해 주세요.
Please speak in English.

วิธีการเข้าเมือง(ด่านศุลกากร)

위티-까-ㄴ카오므-엉(다-ㄴ쑤라까-꺼-ㄴ)

ขอดูหนังสือเดินทางหน่อยครับ / ค่ะ

커-두-낭쓰-드ㅓ-ㄴ타-ㅇ 너-이크랍(카)

ครับ / ค่ะ , นี่ครับ / ค่ะ

크랍(카)니-크랍(카)

คุณมีจุดประสงค์เดินทางมาทำอะไรที่นี่ครับ / ค่ะ

쿤미-쫃쁘라쏭드ㅓ-ㄴ타-ㅇ마-탐아라이 티-니-크랍(카)

มาท่องเที่ยวครับ / ค่ะ

마- 터-ㅇ티-야오 크랍(카)

มาทำงานครับ / ค่ะ

마-탐응아-ㄴ 크랍(카)

จะอยู่ที่นี่กี่วันครับ / ค่ะ

짜유-티-니-끼-완크랍(카)

จะอยู่ที่นี่ ····วันครับ / ค่ะ

짜유-티-니-···완크랍(카)

ยังไม่ทราบครับ / ค่ะ

양마이싸-ㅂ 크랍(카)

กรุณาพูดภาษาอังกฤษหน่อยครับ / ค่ะ

까루나-푸-ㄷ 파-싸-앙끄릿너-이크립(카)

양식을 주세요.
Please give me a return from.

이 양식에 싸인을 하세요.
Please sign on the declaration form.

세금을 내야 할 것이 있어요?
Do you have anything to pay tax?

없어요.
No, I don't.

신고할 것이 없어요.
I've nothing to declare.

…이 있어요.
I've a…

양식에 쓴대로예요.
That is all what I wrote in the form.

여행가방을 열으세요.
Please open your bag.

세금을 내야해요?
Must I pay on this?

이것은 무엇이지요?
What is this?

ขอแบบฟอร์มครับ / ค่ะ

커－배－ㅂ 훠－ㅁ 크랍(카)

โปรดเซ็นชื่อในแบบฟอร์มครับ / ค่ะ

뻐로－ㄷ 쎈츠－나이 배－ㅂ 훠－ㅁ크랍(카)

คุณมีอะไรต้องแจ้งเสียภาษีไหมครับ / ค่ะ

쿤미－아라이 떠－ㅇ째－ㅇ씨－야파－씨－마이 크랍(카)

ไม่มีครับ / ค่ะ

마이미－크랍(카)

ไม่มีอะไรจะแจ้งครับ / ค่ะ

마이미－아라이짜 째－ㅇ크랍(카)

มี ... ครับ / ค่ะ

미－…크랍(카)

ตามที่เขียนในแบบฟอร์มครับ / ค่ะ

따－ㅁ티－키－얀나이배－ㅂ훠－ㅁ크랍(카)

โปรดเปิดกระเป๋าเดินทางครับ/ค่ะ

뻐로－ㄷ쁘ㅓ－ㄷ끄라빠오드ㅓ－ㄴ타－ㅇ크랍(카)

ต้องเสียภาษีหรือเปล่าครับ / ค่ะ

떠－ㅇ씨－야파－씨－르－쁠라－오크랍(카)

อันนี้อะไรครับ / คะ

안니－아라이크랍(카)

이것은 친구용 선물이예요.
it's a souvenir to my friend.

이것은 개인용품이예요.
It's for my personal use.

관세
customs / duties

귀금속, 고가금속
precious metal

술
alcohol

여권
panpart

국적
nationality

(여권의)사증, 비자
visa

제 3 과 공항에서
At the airport

● **출발공항**
Leaving airport

제 3 과 공항에서

นี้เป็นของขวัญให้เพื่อนครับ / ค่ะ
니–뻰 커–ㅇ콴하이프–언크랍(카)

นี้เป็นของใช้ส่วนตัวครับ / ค่ะ
니–뻰 커–ㅇ차이쑤–언뚜–어크랍(카)

ภาษีศุลกากร
파–씨–쑨라까–껀–ㄴ

โลหะที่มีค่าสูง
로–하티–미–카–쑤–ㅇ

เหล้า
라오

หนังสือเดินทาง
낭쓰–드ㅓ–ㄴ타–ㅇ

สัญชาติ
싼차–ㄷ

วีซ่า
위–싸–

ที่สนามบิน
티–싸나–ㅁ빈

สนามบินที่ออก
싸나–ㅁ빈티–어–ㄱ

…카운터가 어디에 있지요?
Where is … counter?

비행번호가 얼마예요?
What's the flight number?

여기… 비행기에 첵크인해도 돼요?
Can I check in the flight … here?

…비행기에는 몇시에 첵크인 하지요?
What time do I have to check in the flight … ?

이표를 취소할 수 있어요?
Can I cancel this ticket?

…문이 어디에 있지요?
Where is the gate No.… ?

답승권이 없어졌어요.
I've lost my boarding card.

출국승객 대기실에서 기다리세요.
Please wait in the room till departure.

비행기가 언제 뜨지요?
What time does the plane take off?

이번 비행노선은 한시간 늦어질거예요.
The flight will arrive 1 hour late.

제3과 공항에서

เคาน์เตอร์...อยู่ที่ไหนครับ / คะ
카운떠—··· 유—티—나이크랍(카)

เที่ยวบินที่เท่าไรครับ / คะ
티—야오빈티—타오라이크랍(카)

เช็คอินที่บิน...ที่นี่ได้ไหมครับ / คะ
첵인티—빈···티—니—다이마이크랍(카)

เช็คอินที่บิน...กี่โมงครับ / คะ
첵인티—빈···끼—모—ㅇ크랍(카)

ยกเลิกตั๋วนี้ได้ไหมครับ / คะ
욕르ㅓ—ㄱ뚜—어니—다이마이크랍(카)

ประตู...อยู่ที่ไหนครับ / คะ
쁘라뚜—···유—티—나이크랍(카)

บัตรที่นั่งหายไปแล้วครับ / ค่ะ
받티—낭하—이빠이 래—오 크랍(카)

โปรดรอที่ห้องพักผู้โดยสารขาออกครับ / ค่ะ
쁘로—ㄷ러—티—허—ㅇ—팍푸—도—이싸—ㄴ카—어—ㄱ 크랍(카)

เครื่องบินจะออกเมื่อไรครับ/คะ
크르—엉빈짜어—ㄱ므—어라이 크랍(카)

เที่ยวบินนี้จะช้า ๆ ชั่วโมงครับ / ค่ะ
티야—오빈니—짜차—능추—어모—ㅇ크랍(카)

…에 가는 비행노선이 있어요?
Are there any flight to…?

…행 비행기표를 원해요.
I'd like a ticket to…

비행기 표, 항공권
ticket

탑승권 / 탑승하다
boarjingcard / boarding

출발 / 도착
departure / arrival

입구 / 출구
enterance / exit.

편도 / 왕복
single(one-way / return(roundtrip)

여행위험보험
travellers accident insurance

국제선 / 국내선
international / domestic

운반인
porter

มีเที่ยวบินที่ไป...หรือเปล่าครับ / ค่ะ

미－티－야오빈티－빠이…르－쁠라오크랍(카)

ต้องการตั๋วเครื่องบินที่ไป...ครับ / ค่ะ

떠－ㅇ까－ㄴ뚜－어크르－엉빈 티－빠이…크랍(카)

ตั๋วเครื่องบิน

뚜－어크르－엉빈

บัตรที่นั่ง / ขึ้นเครื่อง

받티－낭 / 큰크르－엉

ขาออก / ขาเข้า

카－어－ㄱ/카－카오

ทางเข้า / ทางออก

타－ㅇ카오 / 타－ㅇ어－ㄱ

เที่ยวเดียว / ไปกลับ

티－야오디－야오 / 빠이끌랍

ประกันอุบัติเหตุในการเดินทาง

쁘라깐우받띠헤－ㄷ나이까－ㄴ드ㅓ－ㄴ타－ㅇ

เที่ยวบินต่างประเทศ / เที่ยวบินในประเทศ

티－야오빈 따－ㅇ쁘라테－ㅅ / 티－야오빈나이쁘라테－ㅅ

คนยกของ

콘욕커－ㅇ

● 도착공항
arriving airport

이 물건을 …에 갖다 주세요.
Take these bags to the…

제 가방이 아직 오지 않았어요.
I've not got my bags yet.

가방이 또하나 있어요.
There's one piece missing.

리무진버스가 어디에서 출발하지요?
Where can I get an airport limousine?

택시승차장이 어디에 있지요?
Where can I get a taxi?

택시좀 불러 주세요.
Please get me a taxi.

(이 주소로) 가 주세요.
Take me to (this adress).

가격이 얼마지요?
How much does it cost?

여기에 세워주세요.
Please stop here.

สนามบินที่ถึง

싸나-ㅁ 빈티틍

ช่วยเอาของนี้ไปที่...ครับ / ค่ะ

추-워이아오커-ㅇ니-빠이티-…크랍(카)

กระเป๋าของผม/ดิฉันยังไม่มาครับ / ค่ะ

끄라빠오커-ㅇ폼(디찬)양마이마-크랍(카)

มีกระเป๋าอีกหนึ่งใบครับ / ค่ะ

미-끄라빠오이-ㄱ능바이 크랍(카)

รถเมล์ริมูจีนออกจากที่ไหนครับ / คะ

롯메-리무-찐어-ㄱ짜-ㄱ티-나이크랍(카)

ป้ายรถแท็กซี่อยู่ที่ไหนครับ / คะ

빠-이롯택씨-유-티-나이크랍(카)

ช่วยเรียกแท็กซี่หน่อยครับ / ค่ะ

추-워이 리-약 택-씨-너-이크랍(카)

ช่วยพาไป (ที่บ้านเลขที่นี่)หน่อยครับ / ค่ะ

추-워이파-빠이(티-바-ㄴ레-ㄱ티-니-)너-이크랍(카)

คิดราคาเท่าไรครับ / คะ

킷라-카-타오라이크랍(카)

โปรด จอด ที่นี่ครับ / คะ

쁘로-ㄷ 쩌-ㄷ 티-니-크랍(카)

운전수
driver

제 4 과 은행에서 - 환전
At the bank

은행이 어디에 있지요?
Where's the Bank?

어디에서 환금할 수 있지요?
Where can I exchange money?

환율이 얼마지요?
What's the exchange rate?

…로 바꿔 주세요.
I'd like to change some in to…

여행수표를 현금으로 바꿔 주세요.
I want to cash these traveller's cheques(checks).

잔돈지폐로 …해 주세요.
Please give me…notes(bills) and some small change.

환금
exchange of money

여행수표
traveller's check

คนขับรถ

콘캅롯

ที่ธนาคาร ~การแลกเปลี่ยนเงินตรา

티-타나-카-ㄴ-까-ㄴ래-ㄱ쁠리-얀응어-ㄴ뜨라-

ธนาคารอยู่ที่ไหนครับ / คะ

타나-카-ㄴ유-티-나이크랍(카)

จะแลกเงินได้ที่ไหนครับ / คะ

짜래-ㄱ응으ㅓ-ㄴ다이티-나이크랍(카)

อัตราแลกเงินเท่าไรครับ / คะ

앗뜨라-래-ㄱ 응으ㅓ-ㄴ타오라이크랍(카)

ขอแลกเป็น.....ครับ / ค่ะ

커-래-ㄱ뻰…크랍(카)

ต้องการแลกเช็คเดินทาง เป็นเงินสดครับ / ค่ะ

떠-ㅇ까-ㄴ래-ㄱ첵드ㅓ-ㄴ타-ㅇ뻰응으ㅓ-ㄴ쏟크랍(카)

ต้องการ.....เป็นธนบัตรเงิน ปลีกด้วยนะครับ / ค่ะ

떠-ㅇ까-ㄴ…뻰타나밧응으ㅓ-ㄴ쁠리-ㄱ두-워이나크랍(카)

การแลกเปลี่ยนเงินตรา

까-ㄴ래-ㄱ쁠리-얀 응으ㅓ-ㄴ뜨라-

เช็คเดินทาง

첵드ㅓ-ㄴ 타-ㅇ

화폐
currency

현금
cash

지폐 / 동전
bill / small change(coin)

수수료
commission

원
won

달러
dollars ($)

받
Baht(B)

제 5 과 호텔에서 — 예약, 서비스
At the hotel

호텔 좀 소개해 주세요.
Could you introduce any hotels to me ?

이보다 좀 싼 호텔이 있어요 ?
Are there any cheaper hotel ?

제 5과 호텔에서 - 예약, 서비스 151

เงินตรา
응으ㅓ-ㄴ 뜨라-

เงินสด
응으ㅓ-ㄴ 쏟

ธนบัตร / เงินเหรียญ
타나받/응으ㅓ-ㄴ 리-얀

ค่าธรรมเนียม
카-탐니-얌

วอน
워-ㄴ

เงินดอลล่าร์
응으ㅓ-ㄴ더-ㄴ라-

บาท
바-ㄷ

ที่โรงแรมจอง / บริการ
티-로-ㅇ래-ㅁ -쩌-ㅇ/버-리까-ㄴ

ช่วยแนะนำโรงแรมให้หน่อยครับ(ค่ะ)
추-워이내남로-ㅇ래-ㅁ하이너-이 크랍(카)

โรงแรมที่ถูกกว่านี้มีไหมครับ(ค่ะ)
로-ㅇ래-ㅁ티-투-ㄱ꽈-니-미-마이크랍(카)

…한 방이 있어요?
We'd Like a room…

…까지 다 합했지요?
Does it include…?

…가 얼마지요?
What's the price…?

예약 했어요.
I've a reservation.

아직 예약하지 않았어요.
I've no reservations.

아침식사는 몇시에 있지요?
What time can I eat breakfast?

몇시에 첵아웃 하시지요?
What time do I have to checkout?

…시에 좀 깨워주세요.
Please wake up at

…일간 투숙 할거예요.
We'll be staying… night.

…일간 투숙하고 싶어요.
I'd like to stay more… night(s)

제 5 과 호텔에서-예약, 서비스 153

ห้องที่.....มีไหมครับ / คะ
허-ㅇ티-.....미-마이크랍(카)

รวม.....แล้ว ใช่ไหมครับ / คะ
루-엄...래-오차이마이크랍(카)

.....เท่าไรครับ / คะ
...타오라이크랍(카)

ได้จองไว้แล้วครับ(ค่ะ)
다이쩌-ㅇ와이래-오크랍/카

ยังไม่ได้จองครับ / ค่ะ
양마이다이쩌-ㅇ크랍(카)

มีอาหารเข้าเวลาเท่าไรครับ/คะ
미-아-하-ㄴ차오 웨-ㄹ라-타오라이크랍(카)

จะเช็คออกกี่โมงครับ / คะ
짜첵어-ㄱ끼-모-ㅇ크랍(카)

ช่วย ปลุกเวลา.....โมงหน่อยครับ / ค่ะ
추-워이쁠룩웨-ㄹ라-...모-ㅇ너-이크랍(카)

จะพัก.....คืนครับ / คะ
짜팍...크-ㄴ크랍(카)

อยากจะพัก.....คืนครับ / ค่ะ
야-ㄱ짜팍...크-ㄴ크랍(카)

방에 열쇠를 놓고 왔어요.
I've left my key in my room.

이미 …했어요.
The…is broken. / The…doesn't work.

하녀(下女) 좀 불러 주세요.
Please ask the maid to come up.

미안하지만 … 좀 갖다 주세요.
Could you bring me a…?

이거 사용방법 좀 가르쳐 주세요.
Please show me how to use this.

방에서 아침식사 할 수 있어요?
Can we have breakfast in out room?

1인용방 / 대형침대방
a single room / a double room

2인용방
a room with twin beds

엘리베이터
elevator

예약하다 / 취소하다
reserve / cancel

ลืมกุญแจไว้ในห้องครับ / ค่ะ

르－ㅁ꾼째와이나이허－ㅇ크랍(카)

......เสียแล้วครับ / ค่ะ

…씨－야래－오크랍(카)

ช่วยเรียกสาวใช้หน่อยครับ / ค่ะ

추－워이리－악싸－오차이너－이크랍(카)

ขอโทษครับ / ค่ะ, ช่วยเอา...มาให้หน่อยครับ / ค่ะ

커－토－ㅅ크랍(카) 추－워이아오…마－하이너－이크랍(카)

ช่วยสอนวิธีใช้นี่หน่อยครับ / ค่ะ

추－워이써－ㄴ위티－차이니－너－이크랍(카)

ทานอาหารเช้าที่ห้องได้ไหมครับ / คะ

타－ㄴ아－하－ㄴ차오티－허－ㅇ다이마이크랍(카)

ห้องเดี่ยว / ห้องเตียงใหญ่

허－ㅇ디－야오/허－ㅇ띠－양야이

ห้องเตียงคู่

허－ㅇ띠－양쿠－

ลิฟต์

맆

จอง / ยกเลิก

쩡－ㅇ/욕르ㅓ－ㄱ

숙박하다 / 첵아웃하다
check in / check out

로비, 휴게실
lobby

응접실
(front)desk

제 6 과　식사(음식)
Food

● 간단한 음식 / 커피숍
At the buffet / tearoom

여기에 앉아도 돼요?
May I sit here?

···주세요.
Please give me a···

···있어요?
Do you have···?

···을 원하세요?
Would you like some···?

네.
Yes, please.

เช็คเข้า / เช็คออก

첵카오 / 첵어-ㄱ

ห้องนั่งเล่น

허-ㅇ낭레-ㄴ

ที่ต้อนรับแขก

티-떠-ㄴ 랍캐-ㄱ

อาหาร

아-하-ㄴ

อาหารแบบบุฟเฟ่ต์ / ร้านกาแฟ

아-하-ㄴ 배-ㅂ부훼- / 라-ㄴ까-훼-

นั่งที่นี่ ได้ไหมครับ / คะ

낭티-니-다이마이크랍(카)

ขอ...ครับ / ค่ะ

커…크랍(카)

...มีไหมครับ / คะ

…미-마이크랍(카)

ต้องการ...ไหมครับ / คะ

떠-ㅇ까-ㄴ…마이크랍(카)

ครับ / ค่ะ

크랍(카)

아니오, 됐어요.
No, thank you.

여기서 담배 피워도 돼요?
Don't you mind if I smoke here?

설탕과 우유를 넣지 않은 커피
cup of coffee without sugar with cream

우유를 넣은 커피
cup of coffee with cream

우유를 넣은 차
cup of tea with milk

레몬을 넣은 차
cup of tea with lemon

코코아
cup of cocoa / chocolate

우유
cup of milk

과즙(과일즙)
glass of fruit juice

소다
glass of squash / soda pop

ไม่ครับ / ค่ะ พอแล้วครับ / ค่ะ

마이크랍(카) 퍼-래-오크랍(카)

ที่นี่สูบบุหรี่ได้ไหมครับ / คะ

티-니-쑤-ㅂ부리-다이마이 크랍(카)

กาแฟร้อน ไม่ใส่น้ำตาลกับนม

까-홰-러-ㄴ 마이싸이남따-ㄴ 깝 놈

กาแฟร้อน ใส่นม

까-홰-러-ㄴ 싸이 놈

ชาร้อน ใส่นม

차-러-ㄴ 싸이 놈

ชาร้อน ใส่มะนาว

차-러-ㄴ 싸이마나-오

โกโก้

꼬-꼬-

นมวัว

놈우-어

น้ำผลไม้

남폰라마이

โซดา

쏘-다-

빵
bread / toast

버터
butter

샌드위치
sandwich

햄버거
hamburger

호트도그
hot dog

샐러드
salad

단과자
sweets

냉차 / 냉커피
iced tea / coffee

재털이
ashtray

ขนมปัง

카놈빵

เนย

느ㅓ-이

แซนด์วิช

쎄-ㄴ윗

แฮมเบอร์เกอร์

해-ㅁ 브ㅓ-끄ㅓ-

ฮ็อทด็อก

허-ㄷ 더-ㄱ

สลัด

쌀랏

ขนมหวาน

카놈 와-ㄴ

ชาเย็น / กาแฟเย็น

차-옌/까-풰-옌

ที่เขี่ยบุหรี่

티-키-야 부리-

● 식당에서
at the restaurant

좋은 식당을 알아요?
Can you recommend a good restaurant?

가격이 좀 싼 식당이 이근처에 있어요?
Are there any inexpensive restaurants around here?

…개 좌석을 예약해 주세요.
I'd like to reserve a table for…

여기 좌석이 비어 있어요?
Does nobody sit here? / Is this vacant seat?

…개 좌석을 구해 주세요.
I'd like a table for…

메뉴 좀 보여 주세요.
May I please have the menu?

이것이 무엇이지요?
What's this?

무엇을 주문하시겠어요?
What would you order?

됐어요. 다음에 또 주문할께요.
Just so much. I'll order later again.

ที่ร้านอาหาร

티-라-ㄴ아-하-ㄴ

ร้านอาหารที่ดีทราบไหมครับ / คะ

라-ㄴ아-하-ㄴ티-디-싸-ㅂ 마이크랍(카)

มีร้านอาหารที่ถูกใกล้ๆที่นี่ไหมครับ / คะ

미-라-ㄴ아-하-ㄴ티-투-ㄱ끌라이끌라이티-니-마이 크랍(카)

ต้องการจะจองที่นั่ง.....ที่ครับ / ค่ะ

떠-ㅇ까-ㄴ짜쩌-ㅇ티-낭…티-크랍(카)

ที่นั่งที่นี่ว่างไหมครับ / คะ

티-낭티-니-와-ㅇ마이크랍(카)

ช่วยหาที่นั่งให้.....ที่ครับ / ค่ะ

추-워이하-티-낭하이…티-크랍(카)

ขอดูรายการอาหารหน่อยครับ / ค่ะ

커-두-라-이까-ㄴ 아-하-ㄴ너-이 크랍(카)

อันนี้อะไรครับ / คะ

안니-아라이크랍(카)

จะสั่งอะไรบ้างครับ / คะ

짜 쌍아라이 바-ㅇ 크랍(카)

พอครับ / ค่ะ. ที่หลังจะสั่งอีกครับ / ค่ะ

퍼-크랍(카) 티-랑 짜쌍이-ㄱ크랍(카)

나는 이것을 주문하지 않았는데요.
This is not what I ordered.

소금 좀 갖다 주세요.
Please pass me the salt.

참 맛있어요.
These are very good meal.

무슨 종류의 술이 있지요?
What kind of drinks do you have?

이보다 싼 술이 있어요?
Haven't you anything cheaper?

건배!
Cheers!

돈을 계산하세요.
I'd like to pay.

서비스 값도 포함해서예요?
Is service included?

여행수표도 사용할 수 있어요?
Could you receive these traveller's cheques?

팁여기 있어요.
Thank you, this is for you.

제 6 과 식사(음식)

ผม / ดิฉัน, ไม่ได้สั่งนี้ครับ / ค่ะ
폼(디찬)마이다이 쌍니-크랍(카)

ช่วยเอาเกลือมาให้หน่อยครับ / ค่ะ
추-워이 아오 끌르-어마-하이너-이 크랍(카)

อร่อยจังเลยครับ / ค่ะ
아러-이짱르ㅓ-이 크랍(카)

มีเหล้ายี่ห้ออะไรบ้างครับ / คะ
미-라오이-허-아라이 바-ㅇ크랍(카)

เหล้าที่ถูกกว่านี้มีไหมครับ / คะ
라오티-투-ㄱ꽈-니-미-마이크랍(카)

ไชโย
차이요-

ช่วยคิดสตางค์หน่อยครับ / ค่ะ
추-워이 킷싸따-ㅇ너-이크랍(카)

รวมค่าบริการด้วยไหมครับ / คะ
루-엄카-버리까-ㄴ두-워이 마이크랍(카)

ใช้เช็คเดินทางได้ไหมครับ / คะ
차이첵드ㅓ-ㄴ타-ㅇ다이마이 크랍(카)

ทิปครับ / ค่ะ
팁크랍(카)

환불할 필요 없어요.
Keep the change.

…명용이예요.
…dishes

아침 / 점심 / 저녁
breakfast / lunch / supper · dinner

상
table

의자
chair

접시
plate

순가락
spoon

포크
fork

칼
knife

손수건
napkin

ไม่ต้องทอน ครับ/ค่ะ

마이떠―ㅇ터―ㄴ크랍(카)

สำหรับ...คน ครับ/ค่ะ

쌈랍…콘크랍(카)

อาหารเช้า / อาหารกลางวัน / อาหารเย็น

아―하―ㄴ차오/아―하―ㄴ끌라―ㅇ완/아―하―ㄴ옌

โต๊ะ

또

เก้าอี้

까오이―

จาน

짜―ㄴ

ช้อน

처―ㄴ

ส้อม

써―ㅁ

มีด

미―ㄷ

ผ้าเช็ดมือ

파―쳇므―

이쑤시게
toothpick

오르되브르
an hors d'oeuvre

수우프
soup

음식, 요리
food stufts

고기
meat

생선, 물고기
fish

닭
chicken

채소
vegetables

술
wine

빠
bar

ไม้จิ้มฟัน

마이찜환

ออเดิร์ฟ

어-드ㅓ-ㅍ

น้ำซุป

남쑵

อาหาร

아-하-ㄴ

เนื้อ

느-어

ปลา

쁠라-

ไก่

까이

ผัก

팍

เหล้า

라오

บาร์

바-

술집
saloon

맥주홀
beer hall / beer saloon

맥주
beer

샴페인
champagne

위스키
whiskey

브란디
brandy

칵테일
cooktail

포도주－검은색, 흰색, 분홍색
wine-red · white · rose

맹물
mineral water

얼음
ice

제 6 과   식사(음식) 171

ร้านขายเหล้า
라-ㄴ 카-이 라오

ที่ดื่มเบียร์
티-드-ㅁ 비-아

เบียร์
비-아

แชมเปญ
채-ㅁ 뻬-ㄴ

วิสกี้
윗쓰끼-

บรั่นดี
브란디-

ค๊อกเทล
커-ㄱ 테-ㄴ

เหล้าองุ่น — แดง·ขาว·ชมพู
라오앙운 - 대-ㅇ, 카-오, 촘푸-

น้ำเปล่า
남쁠라오

น้ำแข็ง
남캥

(한) 컵
a glass

(한) 큰병 / 작은병
a bottle / half a bottle

달다 / 거품이 있다 / 맵다
sweet / sparkling / dry

제 7 과 관광안내
Guide for tourist

관광안내소가 있어요?
Is there a tourist office?

관광버스가 있어요?
Does the sightseeing bus go around there?

한국어를 말할 수 있는 관광안내자가 있어요?
Is there a Korean-speaking guide?

거기에 어떻게 갈 수 있지요?
How can I go there?

…가려면은 버스를 어디서 타야지요?
Where do we take bus to go…?

버스가 어디서 출발하지요?
Where does the bus start from?

제 7 과 관광안내 173

แก้ว(หนึ่ง)
깨-오(능)

ขวดใหญ่(หนึ่ง) / ขวดเล็ก
쿠-얻야이(능)/쿠-얻렉

หวาน / มีห้อง,ซ่า / เผ็ด
와-ㄴ/미-휘-ㅇ, 싸-/펫

การนำเที่ยว
까-ㄴ남티-야오

ที่บริการนำเที่ยวมีไหมครับ / คะ
티-버-리까-ㄴ남티-야오 미-마이크랍(카)

มีรถเมล์นำเที่ยวไหมครับ/คะ
미-롯메-남티-야오마이크랍(카)

คนนำเที่ยวที่พูดภาษาเกาหลีได้มีไหมครับ/คะ
콘남티-야오티-푸-ㄷ파-싸-까올리-다이미-마이크랍(카)

จะไปที่นั่นได้อย่างไรครับ / คะ
짜빠이티-난다이야-ㅇ라이크랍(카)

จะไป... จะขึ้นรถเมล์ที่ไหนครับ / คะ
짜빠이…짜큰롯메-티-나이크랍(카)

รถเมล์ออกจากที่ไหนครับ / คะ
롯메-어-ㄱ짜-ㄱ티-나이크랍(카)

…이 일요일에 열어요?
Is …open on Sundays?

언제 시작해요(끝나요)?
When does it open / close?

입장료가 얼마지요?
How much is the entrance fee?

이…는 무어라고 부르지요?
How do you say this…?

저 건물은 무슨 건물이지요?
What's that building?

…에 관심 있어요.
We're interested in….

…을 보고 싶어요.
I'd like to see….

사진을 찍어도 돼요?
Can I take pictures?

박물관
museum

미술관
art gallery

제 7 과   관광안내   175

.....วันอาทิตย์เปิดไหมครับ / คะ
…완아-팃 쁘ㅓ-ㄷ 마이크랍(카)

เริ่ม / เลิก เมื่อไรครับ / คะ
르ㅓ-̂ㅁ(르ㅓ-̂ㄱ) ㅁㅡ̂어라이 크랍(카)

ค่าผ่านประตูเท่าไรครับ / คะ
카̂-파̀-ㄴ 쁘라뚜-타̂오라이크랍(카)

...นี้เรียกว่าอะไรครับ / คะ
…니́-리-̂약와̂-아라이크랍(카)

อาคารเนนเป็นอาคารอะไรครับ/คะ
아-카-ㄴ노̂-ㄴ뻰아-카-ㄴ아라이크랍(카)

มีความสนใจใน.....ครับ/คะ
미-콰-ㅁ 쏜짜이…나이…크랍/카

อยากจะดู...ครับ / คะ
야̀-ㄱ짜두…크랍(카)

ถ่ายรูปได้ไหมครับ / คะ
타̀-이루̂-ㅂ 다̂이마이 크랍(카)

พิพิธภัณฑ์
피핏타판

หอแสดงศิลปกรรม
허̌-싸대̀-ㅇ 씬라빠깜

기념비
monument

공원 / 광장(공지)
park / square

교회 / 묘지
church / cemetery · graveyard

명소와 유적지
noted places and historic spots

제 8 과 교 통
Communication

● 전차 / 전동차(지하철)
Transportation(train / subway)

기차역이 어디에 있지요?
Where's the railway station?

지하철역이 어디에 있지요?
Where can I get the subway station?

…행 기차는 언제 출발하지요?
What time dose the train for …leave?

…행 기차는 어느 플랫폼에서 출발하지요?
What platform does the train for…leave?

อนุสาวรีย์
아누싸-와리-

สวน / ลาน
쑤-원/라-ㄴ

โบสถ์ / ป่าช้า
보-ㄷ/빠-차-

สถานที่มีชื่อและโบราณสถาน
싸타-ㄴ티-미-츠-래 보-라-ㄴ싸타-ㄴ

การจราจร
까-ㄴ짜라-쩌-ㄴ

รถไฟฟ้า / รถไฟใต้ดิน
롯화이화-/롯화이따이딘

สถานีรถไฟอยู่ที่ไหนครับ / คะ
싸타-니-롯화이유-티-나이크랍(카)

สถานีรถไฟใต้ดินอยู่ที่ไหนครับ / คะ
싸타-니-롯화이따이딘유-티-나이크랍(카)

รถไฟไป...จะออกเมื่อไรครับ / คะ
롯화이빠이…짜어-ㄱ므-어라이크랍(카)

รถไฟไป...จะออกจากชานชาลาที่ไหนครับ/คะ
롯화이빠이…짜어-ㄱ짜-ㄱ차-ㄴ차-라-티-나이크랍(카)

열차시간표를 사고 싶어요.
I want a timetable of train

표를 어디에서 사지요?
Where can I get tickets?

…행 표 좀 원하는데요.
I want a ticket to….

식당차가 있어요?
Is there a dining-car on the train?

이 차는 …에 정차해요?
Does the train stop at…?

이 기차는 …에 가요?
Is this train going to…?

여기 누가 앉아 있어요?
Is this seat taken?

미안하지만 좀 비켜주세요.
Excuse me. May I get by?

여기가 무슨 기차역이지요?
What station is this?

얼마나 더 있어야 … 기차역에 도착하지요?
How many station are there to get to…?

제 8 과   교 통 179

อยากจะซื้อตารางเวลารถไฟครับ   /   ค่ะ
야ー ㄱ 짜 쓰ー 다ー 라ー ㅇ 웨ー ㄹ라ー 롯 화이 크랍(카)

ซื้อตั๋วที่ไหนครับ   /   คะ
쓰ー 뚜ー 어 티ー 나이 크랍(카)

ต้องการตั๋วไป...หน่อยครับ   /   ค่ะ
떠ー ㅇ 까ー ㄴ 뚜ー 어 빠이…너ー이 크랍(카)

มีรถเสบียงไหมครับ   /   คะ
미ー 롯 싸비ー 양 마이 크랍(카)

รถนี้จะจอดที่...ไหมครับ   /   คะ
롯 니ー 짜 쩌 ㄷ 티ー…마이 크랍(카)

รถไฟนี้จะไป...ไหมครับ   /   คะ
롯 화이 니ー 짜빠이…마이 크랍(카)

ที่นี่มีใครนั่งแล้วหรือยังครับ   /   คะ
티ー 니ー 미ー 크라이 낭 래ー오 르ー 양 크랍(카)

ขอโทษครับ   /   ค่ะ. ขอทางหน่อยครับ   /   ค่ะ
커ー 토ー ㅅ 크랍(카) 커ー 타ー ㅇ 너ー이 크랍(카)

ที่นี่สถานีรถไฟอะไรครับ   /   คบ
티ー 니ー 싸 타ー 니ー 롯 화이 아라이 크랍(카)

อีกนานเท่าไหร่จะถึงสถานีรถไฟ......ครับ   /   คะ
이ー ㄱ 나ー ㄴ 타오 라이 짜 틍 싸 타ー 니ー 롯 화이…크랍(카)

여기서 얼마나 오랫동안 정차하지요?
How long does the train stop here?

…기차역에서 바꿔 타야해요.
You have to change trains at…

차안에 …을 놓쳐 버렸어요.
I've lost my…in the train.

보통차
local train

쾌속차 / 특급차
express / limited express

(1인용) 간막이 객실
compartment

식당차
dining car

침대차
sleeping car

열차 직원
conductor

역장
stationmaster

제 8 과 교 통 181

จอดที่นี่นานเท่าไหร่ครับ / คะ
쩌—ㄷ티—니—나—ㄴ타오라이크랍(카)

ต้องเปลี่ยนรถที่สถานีรถไฟ.....ครับ / ค่ะ
떠—ㅇ쁠리—얀롯티—싸타—니—롯화이…크랍(카)

ผม / ดิฉันลืม.....ไว้ในรถครับ / คะ
폼(티찬)르—ㅁ…와이나이롯크랍(카)

รถธรรมดา
롯탐마다—

รถเร็ว / รถด่วน
롯레오 / 롯두—언

ห้องนอนเดี่ยว
허—ㅇ너—ㄴ디—야오

รถเสบียง
롯사비—양

รถนอน
롯너—ㄴ

พนักงานรถไฟ
파낙응아—ㄴ 롯화이

นายสถานี
나—이 싸타—니—

매표소 / 열차표 검문소
ticket window / tiket gate

(열차) 역
station

● 버스
Bus

이 근처에 버스정류장이 있어요?
Is there a busstop around here?

…에 가려면 무슨 버스를 타야 좋지요?
What bus do I take for…?

…에 가려면 어디에서 버스를 내려야 좋지요?
I'll go to…. Where do I have to get off?

내리겠어요.
I'll get off.

시발역 / 종착역
the starting / the terminal · terminus

…행
bound for…

다음정거장
next stop

제 8 과 교 통 183

ที่ขายตั๋ว / ที่เช็คตั๋วสถานีรถไฟ
티-카-이뚜-어/티-첵뚜-어 싸타-니-롯화이

สถานีรถไฟ
싸타-니-롯화이

รถเมล์
롯메-

แถวนี้มีป้ายรถเมล์ไหมครับ(คะ)
태-오니-미-빠-이 롯메-마이크랍(카)

ไป....จะขึ้นรถเมล์อะไรดีครับ(คะ)
빠이…짜큰롯메-아라이디-크랍(카)

ไป.....จะลงรถเมล์ที่ไหนดีครับ(คะ)
빠이…짜롱롯메-티-나이디-크랍(카)

จะลงครับ(คะ)
짜롱크랍(카)

สถานีต้นทาง / สถานีปลายทาง
싸타-니-똔타-ㅇ/싸타-니-쁠라-이타-ㅇ

ไป......
빠이…

ป้ายหน้า
빠-이나-

● **렌트카**
  Rent can

  차를 임차하고 싶어요.
  I'd like to rent a car.

  …이 얼마지요?
  What's the charge of…?

  운전면허증이 있어요.
  Here's my driving licence.

  이차는 운전하기가 그리 쉽지 않아요.
  It's hard for me to drive this car.

  사고났어요. (자동차 충돌)
  I have an accident.

  차가 고장났어요.
  I have a trouble in my car.

  타이어가 펑크났어요.
  I had a flat tire.

  교통신호 - 청신호 / 홍신호
  traffic signal / go - signal stoplight

  추가요금
  additional fare

รถเช่า

롯차오

ต้องการ เช่ารถครับ / ค่ะ

떠-ㅇ까-ㄴ차오롯크랍(카)

.....เท่าไรครับ / คะ

…타오라이크랍(카)

มี ใบขับขี่ครับ / ค่ะ

미-바이캅키-크랍(카)

รถคันนี้ขับไม่ค่อยง่ายครับ/ค่ะ

롯칸니-캅마이커-이 응아-이크랍(카)

มีอุบัติเหตุครับ/ค่ะ(รถชน)

미-우받떠헤-ㄷ 크랍(카) (롯촌)

รถยนต์ เสียครับ / ค่ะ

롯욘씨-야크랍(카)

ยางแตก ครับ/ค่ะ

야-ㅇ때-ㄱ크랍(카)

สัญญาณ ไฟจราจร /ไฟเขียว /ไฟแดง

싼야-ㄴ화이짜라-쩌-ㄴ-화이키-야오/화이대-ㅇ

เสียค่าเพิ่มเติม

씨-야카- 프ㅓ-ㅁ 뜨ㅓ-ㅁ

보험료
insurance premium

브레이크, 제동기
brake

고무
tire

기아
gear

자동적
automatic transmission

배터리
storage battery

기름
oil

벤진유
petrol / gasoline

…리터 / 가득채우다
…liter / fill up a tank

เบี้ยประกันภัย

비―야 쁘라깐파이

เบรก

브레―ㄱ

ยาง

야―ㅇ

เกียร์

끼―야

อัตโนมัติ

앗따노―맏

แบตเตอรี่

배―ㄷ 뜨ㅓ―리―

น้ำมัน

남만

น้ำมันเบนซิน

남만베―ㄴ씬

...ลิตร / เติมเต็มถัง

…릳/뜨ㅓ―ㅁ 뗌탕

제 9 과 상품매입(쇼핑)
Purohasing goods

가장 큰 쇼핑장소가 어디에 있지요?
Where's the main shopping area?

…은 어디에서 팔지요?
Where can I find a…?

가게는 몇시에 열지요?
When does the shop open?

…좀 보여 주세요.
Can yoy show me…

…있어요?
Do you have any…?

…을 원해요. /…고 싶어요.
I want…

…색(크기)를 원해요.
I want a… color(size)

입어봐도 돼요?
Can I try it on?

이것은 좋아하지 않아요.
I don't like it.

제 9 과 상품매입(쇼핑) 189

ซื้อของ
쓰-커-ㅇ
ที่ซื้อของ ใหญ่มากที่สุด อยู่ที่ไหนครับ / คะ
티-쓰-커-ㅇ야이마-ㄱ티-쑷유-티-나이 크랍(카)
…ขาย ที่ไหนครับ / คะ
…카-이 티-나이 크랍(카)
เปิดร้าน เวลาเท่าไรครับ / คะ
쁘ㅓ-ㄷ라-ㄴ 웨-라- 타오라이 크랍(카)
ขอดู … หน่อยครับ / คะ
커-두-…너-이 크랍(카)
มี……ไหมครับ/คะ
미-…마이크랍(카)
ต้องการ…..ครับ/ค่ะ/ อยากจะ…..ครับ/ค่ะ
떠-ㅇ까-ㄴ…크랍(카) / 야-ㄱ짜…크랍(카)
ต้องการสี(ขนาด)…..ครับ/ค่ะ
떠-ㅇ까-ㄴ씨-(카나-ㄷ)…
ลองใส่ได้ไหมครับ / คะ
러-ㅇ싸이다이 마이크랍(카)
อันนี้ ไม่ชอบครับ / ค่ะ
안니-마이처-ㅂ 크랍(카)

너무 비싸요.
It's a little expensive.

가격을 할인해 줄 수 있어요?
Could you cut the price?

이것을 바꿀 수 있어요?
Can you please exchange this?

이거 주세요.
I'll get it. / I want this.

…식의 선물 좀 보여주세요.
Can you show me gifts in…

이것은 어떻게 사용하지요?
How can I use it?

이것은 무엇에서 만들었지요?
What's it made of?

다 매진됐어요.
It has sold out already.

모두 값이 얼마지요?
How much are the all of these prices?

여행수표를 사용할 수 있어요?
Can I pay by traveller's cheque?

제 9 과 상품매입(쇼핑) 191

แพงไปหน่อยครับ / ค่ะ
패-ㅇ빠이너-이 크랍(카)

ลดราคา ได้ไหมครับ / คะ
롯라-카-다이마이 크랍(카)

ของนี้ เปลี่ยน ได้ไหมครับ / คะ
커-ㅇ니- 쁠리-얀 다이마이크랍(카)

เอา อันนี้ครับ / ค่ะ
아오안니-크랍(카)

ขอดูของขวัญ(ของฝาก)แบบอย่าง.....หน่อยครับ/ค่ะ
커-두-커-ㅇ콴(커-ㅇ화-ㄱ)배-ㅂ야-ㅇ…너-이 크랍(카)

อันนี้ ใช้ อย่างไรครับ / คะ
안니-차이 야-ㅇ라이 크랍(카)

อันนี้ ทำ มาจาก อะไร ครับ / คะ
안니-탐마-짜-ㄱ아라이 크랍(카)

ขายหมดแล้วครับ / ค่ะ
카-이 몯래-오 크랍(카)

ทั้งหมด ราคา เท่าไรครับ / คะ
탕몯라-카-타오라이 크랍(카)

ใช้ เช็คเดินทาง ได้ไหมครับ / คะ
차이첵드ㅓ-ㄴ타-ㅇ다이마이크랍(카)

백화점
department store

상점, 가게
shop

매장
counter

안내소
information desk

지불소
register

비싸요 / 싸요
expensive / cheap

색(色)
color

선물
souvenir

장식품
ornaments

향수
perfume

제 9 과 상품매입(쇼핑) 193

ห้างสรรพสินค้า
하―ㅇ 쌉파씬카―

ร้านค้า
라―ㄴ카―

ที่ขาย.....
티―카―이

ที่สอบถาม
티―써―ㅂ타―ㅁ

ที่แคชเชียร์
티―캐―ㅅ치―야

แพง / ถูก
패―ㅇ / 투―ㄱ

สี
씨―

ของฝาก
커―ㅇ 화―ㄱ

เครื่องประดับ
크르―엉 쁘라답

น้ำหอม
남허―ㅁ

제 10 과 전화, 우편
Telephone · Mail

● 전화 / 전보
Telephon / telegram

여보세요. 여기 …예요.
Hello. This is…speaking.

누구시지요?
Who is this?

거기가 …이지요?
Is that… ?

…좀 바꿔주세요.
I want to speak to….

그사람 없는데요.
She isn't here.

그에게 저한테 전화좀 하라고 전해 주세요.
Could you ask him /·her to call me?

잘 들리지 않는데요.
I can't catch you well.

좀 천천히 말씀하세요.
Please speak more slowly.

제 10 과 전화, 우편

โทรศัพท์ · ไปรษณีย์
토-라쌉, 쁘라이싸니-

โทรศัพท์ / โทรเลข
토-라쌉 / 토-라레-ㄱ

ฮัลโหล ที่นี่.....ครับ / ค่ะ
할로-티-니-…크랍(카)

นั่น ใคร พูดครับ / คะ
난 크라이 푸-ㄷ 크랍(카)

ที่นั่น.....ใช่ไหมครับ / คะ
티-난…차이마이크랍(카)

อยากจะพูดกับ คุณ.....ครับ / ค่ะ
야-ㄱ짜푸-ㄷ깝쿤…크랍(카)

เขาไม่อยู่ครับ / ค่ะ
카오마이유- 크랍(카)

ช่วยบอกให้เขา โทรศัพท์ถึง ผม/ดิฉัน หน่อยครับ / ค่ะ
추-워이버-ㄱ하이카오토-라쌉틍폼(디찬)너-이크랍(카)

ไม่ ค่อย ได้ยินครับ / ค่ะ
마이커-이 다이인 크랍(카)

โปรด พูดช้าๆ หน่อยครับ / ค่ะ
쁘로-ㄷ 푸-ㄷ 차차-너-이크랍(카)

전화가 어디에 있지요?
Where's the terephone?

전화번호 책 좀 보여주세요.
Can you show me the directory?

전화 좀 써도 돼지요?
May I use your phone?

공중전화는 어떻게 사용하지요?
How can I use a public phone?

콜렉트콜로 해주세요.
I'd like to call a collect.

한국으로 전화걸고 싶어요.
I want to call to Korea.

한국으로 전화하는데 전화비가 대략 얼마지요?
What's the charges to call to Korea?

전화번호는 …이예요.
The phone number is

전보를 보내고 싶어요.
I want to send a telegram.

단어당 얼마지요?
How much is it per word?

โทรศัพท์ อยู่ที่ไหนครับ / ค่ะ

토-라쌉유-티-나이크랍(카)

ขอ ดู สมุดเบอร์ โทรศัพท์ หน่อยครับ / ค่ะ

커-두-싸묻브ㅓ-토-라쌉너-이크랍(카)

ขอ ใช้ โทรศัพท์ หน่อยครับ / ค่ะ

커-차이토-라쌉너-이크랍(카)

โทรศัพท์สาธารณะใช้ อย่างไรครับ / ค่ะ

토-라쌉싸-타-라나차이 야-ㅇ라이크랍(카)

โปรด เก็บค่าโทรศัพท์ปลายทางครับ / ค่ะ

쁘로-ㄷ껩카-토-라쌉쁠라-이타-ㅇ크랍(카)

อยากจะโทรศัพท์ไปเกาหลีครับ/ค่ะ

야-ㄱ짜토-라쌉빠이 까올리- 크랍(카)

โทรศัพท์ไปเกาหลีค่าโทรศัพท์ประมาณเท่าไรครับ/ค่ะ

토-라쌉빠이까올리-카-토-라쌉쁘라마-ㄴ타오라이크랍(카)

เบอร์โทรศัพท์คือ.......ครับ / ค่ะ

브ㅓ-토-라쌉크-…크랍(카)

อยากจะ ส่ง โทรเลขครับ / ค่ะ

야-ㄱ짜 쏭토-라레-ㄱ크랍(카)

คำละเท่าไรครับ/ค่ะ

캄라타오라이크랍(카)

속달(보통)로 좀 보내주세요.
Please send an urgent teregram/a routine dispatch.

통화중이에요.
The line's busy.

전보실 / 전화국
telegram office / telephone office

교환수
operator

전화번호
terephone number

공중전화
public phone

국제전화
oversea call

● 우 편
Post

가장 가까운 우체국이 어디에 있지요?
Where's the nearest post office?

우체국은 몇시에 열지요(닫지요)?
What time dose the post office open / close?

ช่วย ส่งด่วน/ธรรมดา หน่อยครับ / ค่ะ

추-워이 쏭두-언(탐마다-)너-이크랍(카)

สายไม่ว่างครับ / ค่ะ

싸-이마이와-ㅇ크랍(카)

สถานโทรเลข / สถานโทรศัพท์

싸타-ㄴ토-라레-ㄱ/싸타-ㄴ토-라쌉

พนักงานต่อโทรศัพท์

파낙응아-ㄴ랍떠-라쌉

เบอร์โทรศัพท์

브ㅓ-토-라쌉

โทรศัพท์สาธารณะ

토-라쌉싸-타-라나

โทรศัพท์ระหว่างประเทศ

토-라쌉라와-ㅇ쁘라테-ㅅ

ไปรษณีย์

쁘라이싸니-

ที่ทำการไปรษณีย์ ใกล้ ที่สุด อยู่ที่ไหนครับ / คะ

티-탐까-ㄴ쁘라이싸니-끌라이티-쏫 티-나이크랍(카)

ที่ทำการไปรษณีย์เปิด/ปิดเวลาเท่าไรครับ/คะ

티-탐까-ㄴ쁘라이싸니-쁘ㅓ-ㄷ(삣)웨-ㄹ라-타오라이 크랍(카)

우표 좀 주세요.
I want some stamps, please.

이 편지를 한국까지 보내는데 얼마지요?
What's the postage for a letter to Korea?

이 편지는 등기로 보내주세요.
Please get this letter registered.

화물을 보낼려고 하는데요.
I want to send this parcel.

항공편으로 보내주세요.
I want to send this by airmail.

우체국
post office

우표
postcard

항공우편
aerogram

등기(편지)
registered mail

소포
parcel

ขอซื้อแสตมป์หน่อยครับ / ค่ะ

커-쓰-싸때-ㅁ너-이 크랍(카)

ส่งจดหมายนี้ถึงเกาหลีเท่าไรครับ/คะ

쏭쫏마-이니-틍 까올리- 타오라이크랍(카)

จดหมายนี้ กรุณา ลงทะเบียนด้วยครับ / ค่ะ

쫏마-이니-까루나-롱타비-얀두-워이크랍(카)

อยากจะ ส่ง พัสดุครับ /ค่ะ

야-ㄱ짜쏭팟싸두크랍(카)

ช่วย ส่ง ทางอากาศหน่อยครับ / ค่ะ

추-워이쏭타-ㅇ아-까-ㅅ너-이크랍(카)

ที่ทำการ ไปรษณีย์

티-탐까-ㄴ쁘라이싸니-

ไปรษณียบัตร

쁘라이싸니야받

จดหมายอากาศ

쫃마-이아-까-ㅅ

(จดหมาย)ลงทะเบียน

(쫃마-이)롱타비-얀

พัสดุ

팟싸두

우편함
post box / mail box

속달편지
express / special delivery

선편
sea mail

● **편지쓰는 시간**
time of wrieing letter

편지지
letter paper

편지봉투
envelope

주소
adress

우편번호
post code

날자(발신일)
date

제 10 과 전화, 우편 203

ตู้ไปรษณีย์
뚜̂-쁘라이싸니-

จดหมายด่วน
쫏̀마-이두-언

ทางเรือ
타-ㅇ르-어

เวลา เขียนจดหมาย
웨-라-키-얀쫏̀마-이

กระดาษเขียนจดหมาย
끄라다-ㅅ키-얀쫏̀마-이

ซองจดหมาย
써-ㅇ쫏̀마-이

ที่อยู่
티̂-유̀-

รหัสไปรษณีย์
라핫̀쁘라아싸니-

วันที่
완티̂-

(편지의) 서두 　 존경하는…에게
salutation 　 Dear Mr.…, / Mrs.…, / Miss…,

　 　 사랑하는 친구…에게
　 　 Dear…My dear….

　 　 …전상서
　 　 Dear Sirs : / Mr.… :

전문(前文)
indention

용건내용(本文)
text

결론
complimentary close

(끝맺음인사) - 존경하며
Yours Sincerely Sincerely Yours

　 　 　 - 생각하며
　 　 　 　 Sffectionately Yours As always etc…

발신자 서명
signature

개인편지(일반편지)
personal letter

เริ่มเรียน

르ㅓ-ㅁ 키-얀

ถึง.....ที่เคารพ

틍…티-카오롭

.....เพื่อนที่รัก

…프-언티-락

เรียน.....

리-얀…

คำนำ

캄남

เนื้อเรื่อง

느-어르-엉

สรุป,

싸룹,

คำลงท้าย

(캄롱타-이)

ขอแสดงความนับถือ

커-싸대-ㅇ콰-ㅁ 납트-

คิดถึงเสมอ

킷틍싸므ㅓ-

เซ็นชื่อ

쎈츠-

จดหมายส่วนตัว

쫏마-이쑤-언뚜-어

사업편지
business letter

제11과 질병
Sickness

● **일반 내용**
General contents

의사 좀 불러 주세요.
Can you get me a doctor?

구급차 좀 불러 주세요.
Could you call me an amburance?

외과병원은 어디에 있지요?
Where's the surgery?

병원에 가고 싶어요.
I'd like to go to the hospital.

몇시까지 열지요?
What time is the hospital open to?

감기 걸렸어요.
I've caught a cold.

불편해요.
I'm not feeling well.

제 11 과 질 병

จดหมายธุรกิจ
쫏마-이 투라낏

โรก ความเจ็บไข้
로-ㄱ 콰-ㅁ쩹카이

เรื่องทั่วไป
르-엉 투-어 빠이

กรุณา เรียก คุณหมอ หน่อยกรับ / คะ
까루나-리-약 쿤머-너-이크랍(카)

กรุณา เรียก รถพยาบาล หน่อยกรับ / คะ
까루나-리-약 롯파야-바-ㄴ 너-이크랍(카)

โรงพยาบาล ที่ มีศัลยแพทย์อยู่ที่ ไหนกรับ / คะ
로-ㅇ파야-바-ㄴ티-미-싼라야패-ㄷ유-티-나이크랍(카)

อยากจะไปโรงพยาบาลกรับ / ค่ะ
야-ㄱ짜빠이로-ㅇ파야-바-ㄴ크랍(카)

เปิดถึงเวลาเท่าไรกรับ / คะ
쁘ㅓ-ㄷ틍웨-ㄹ라-타오라이크랍(카)

เป็นหวัดกรับ / ค่ะ
뻰왓크랍(카)

ไม่ สบายกรับ / ค่ะ
마이싸바-이크랍(카)

열이 있어요.
I've got a fever.

어지러워요.
I've been dizzy.

추운것 같아요.
I've felt a chill.

기침이나요.
I've had a cough.

피로한 것(피곤한 것) 같아요.
I've been exhausted.

머리가 (목이) 아파요.
I've got a headache / sore throat.

식욕이 없어요.
I've had a poor appetite.

먹을수가 없어요.
I can't eat.

구역질이 나요.
I've been vormiting.

너무 많이 먹었어요.
I've ate too much.

มี ไข้ครับ / ค่ะ

미-카이크랍(카)

เวียนหัวครับ / ค่ะ

위-얀후-어크랍(카)

รู้สึก หนาวครับ / ค่ะ

루-쓱나-오 크랍(카)

ไอครับ / ค่ะ

아이크랍(카)

รู้สึกเหนื่อย(เพลีย)ครับ/ค่ะ

루-쓱느-어이(플리-야)크랍(카)

ปวดหัว / เจ็บคอครับ / ค่ะ

뿌-엇후-어(쩹커-)크랍(카)

ไม่ อยากรับประทานอาหารครับ / ค่ะ

마이야-ㄱ랍쁘라타-ㄴ아-하-ㄴ크랍(카)

กิน ไม่ได้ครับ / ค่ะ

낀마이다이크랍(카)

คลื่นไส้ครับ / ค่ะ

클르-ㄴ싸이크랍(카)

กินมาก เกินไปครับ / ค่ะ

낀마-ㄱ끄ㅓ-ㄴ 빠이크랍(카)

배탈났어요.
I've had loose bowels.

변비예요.
I'm constipated.

배가 아파요.
I've got a stmachache.

(가리키면서) 여기가 아파요.
I've got a pain here.

아주 곤란해요.(증상이 심해요)
It's so terrible.

별로 아프지(통증이 나지) 않아요.
It's nothing serious.

증상이 그리 심하지 않아요.
It's not so bad state.

밤에 잠이 안와요.
I can't sleep

악몽을 꾸어서 잠이 안와요.
I'm having night mave.

(먹을 수 있는) 약을 주세요.
I'd like you to prescribe some medicine for me.

ท้องเสียครับ / ค่ะ

터-ㅇ씨-야크랍(카)

ท้องผูกครับ / ค่ะ

터-ㅇ푸-ㄱ크랍(카)

ปวดท้องครับ / ค่ะ

뿌-언터-ㅇ크랍(카)

(ชี้) ปวดที่นี่ครับ / ค่ะ

(치-)뿌-언티-니-크랍(카)

แย่ มากครับ / ค่ะ (อาการหนัก มากครับ / ค่ะ)

애-마-ㄱ크랍(카)〔아-까-ㄴ낙마-ㄱ크랍(카)〕

ไม่ค่อยเจ็บ(ปวด)ครับ/ค่ะ

마이커-이쩹(뿌-언)크랍(카)

อาการไม่หนักเท่าไรครับ/ค่ะ

아-까-ㄴ마이낙타오라이크랍(카)

กลางคืน นอนไม่หลับครับ / ค่ะ

끌라-ㅇ크-ㄴ너-ㄴ마이랍크랍(카)

ผีอำ นอนไม่หลับ เพราะฝันร้ายครับ / ค่ะ

피-암너-ㄴ마이랍 프러환라-이크랍(카)

ขอ ยา (อะไรกินได้)ครับ / ค่ะ

커-야-(아라이 낀다이) 크랍(카)

누어서 치료해야 해요?
Do I have to keep a rest?

앞으로 관광할 수 있어요?
Can I travel?

- **의사지시**
  Doctor's Indication

옷을 좀 벗으세요.
Take off your cloths.

숨을 세게 쉬어요.
Breathe in, breathe out.

입을 벌리고 목 좀 보여주세요.
Open your mouth, and see your throat.

언제부터지요?
How long have you been feeling like this?

어디가 아프지요?
Which part have you got a pain?

걱정하실 필요없어요.
It's not serious.

이 약을 하루에 식후 3번 먹어요.
Take this medicine after meals three times a day.

ต้องนอนรักษาตัว หรือเปล่าครับ / คะ

떠-ㅇ너-ㄴ락싸-뚜-어르-쁠라-오 크랍(카)

จะท่องเที่ยว ต่อไป ได้ไหมครับ / คะ

짜터-ㅇ티-야오 떠-빠이 다이마이 크랍(카)

คำสั่งแพทย์

캄쌍패-ㄷ

ถอด เสื้อผ้าออก หน่อยครับ / ค่ะ

터-ㄷ쓰-어파-어-ㄱ 너-이크랍(카)

สูดหายใจครับ/ค่ะ

쑤-ㄷ하-이짜이크랍(카)

อ้าปาก ขอดูคอ หน่อยครับ / กะ

아-빠-ㄱ커-두-커-너-이크랍(카)

ตั้งแต่ เมื่อไรครับ / คะ

땅때-므-어라이크랍(카)

ปวด ที่ไหนครับ / กะ

뿌-얻티-나이크랍(카)

ไม่ต้อง เป็นห่วงครับ / ค่ะ

마이떠-ㅇ뻰후-엉 크랍(카)

กินยานี้ วันละ3ครั้งหลังทานอาหารครับ / ค่ะ

낀야-니-완라싸-ㅁ크랑 랑타-ㄴ아-하-ㄴ크랍(카)

선생은 병원에 입원해야 해요.
You need to go into the hospital.

● 지병(持病)
Chronic disease

…을 이겨내지 못하는 증상이예요.
I'm allergic to….

당뇨병이예요.
I'm a diabetic.

심장병이예요.
I've a cardiac condition.

임신했어요.
I'm expecting a baby.

● 그리고 기타
And others

이가 아파요?
I've a toothache.

의치가 상했어요. (깨졌어요, 부러졌어요)
My denture was broken.

의치 좀 해주세요.
Can you make this denture?

제 11과 질 병

คุณ ต้อง เข้าโรงพยาบาลครับ / ค่ะ
쿤떠̂ㅇ 카̂오로ㅡㅇ퍄야ㅡ바ㅡㄴ크랍(카̂)

โรคประจำตัว
로ㅡ̂ㄱ쁘라짬뚜ㅡ어

มี อาการแพ้...ครับ / ค่ะ
미ㅡ아ㅡ까ㅡㄴ패ㅡ...크랍(카̂)

โรคเบาหวานครับ / ค่ะ
로ㅡ̂ㄱ바오와ㅡㄴ크랍(카̂)

โรคหัวใจครับ / ค่ะ
로ㅡ̂ㄱ후ㅡ어짜이크랍(카̂)

มีท้องครับ / ค่ะ
미ㅡ터ㅡ́ㅇ크랍(카̂)

และอื่นๆ
래은으ㅡㄴ

ปวดฟันครับ / คะ
뿌ㅡ엇환크랍(카̂)

ฟันปลอม เสีย (แตก)(หัก)ครับ / ค่ะ
환쁠러ㅡㅁ씨ㅡ야(때ㅡ̂ㄱ, 학) 크랍(카̂)

ช่วยทำฟันปลอม หน่อยครับ / คะ
추̂워이탐환쁠러ㅡㅁ너ㅡ̀이크랍(카̂)

안경이 깨졌어요.
My glasses was broken.

고칠 수 있어요?
Can you repair them for me?

렌즈를 바꿀 수 있어요?
Can you change the lenses?

콘텍트렌즈를 원해요.
I want some contact lenses.

이 근처에 약국이 있어요?
Is there a pharmacy near here?

수면제 약 좀 주세요.
I want some sleeping pills.

처방전이 있어야 해요?
Must I have the prescriptions?

이 약은 무슨 약이지요?
What kind of medicine is this?

하루에 몇번 먹어야지요?
How many times a day should I take it?

붕대와 거즈가 있어요?
Do you have any bandages and gauze?

제 11 과 질 병

แว่นตา แตกครับ / ค่ะ
왜―ㄴ따―때―ㄱ크랍(카)

ช่วยซ่อม ได้ไหมครับ / คะ
추―워이 써―ㅁ 다이마이크랍(카)

เปลี่ยนเลนส์ ได้ไหมครับ / คะ
쁠리―얀레―ㄴ 다이마이크랍(카)

ต้องการ คอนแทคเลนส์ครับ / ค่ะ
떠―ㅇ까―ㄴ 커―ㄴ태―ㄱ레―ㄴ크랍(카)

ใกล้ ที่นี้มี ร้านขายยาไหมครับ / คะ
끌라이 티―니―미―라―ㄴ카―이야―마이 크랍(카)

ขอ ซื้อยานอนหลับหน่อยครับ / ค่ะ
커―쓰―야―너―ㄴ랍너―이크랍(카)

ต้อง เอา ใบสั่งยา หรือเปล่าครับ / คะ
떠―ㅇ아오바이쌍야―르―쁠라오크랍(카)

ยานี้ อะไรครับ / คะ
야―니―아라이크랍(카)

ต้องกินวันละกี่ครั้งครับ / คะ
떠―ㅇ낀완라끼―크랑크랍(카)

มีผ้าพันแผลกับผ้าโปร่งไหมครับ/คะ
미―파―판플래―깝 파―쁘로―ㅇ마이크랍(카)

병원
hospital

진찰실
clinic

약국
pharmacy / drugstore

의사
doctor

간호사
nurse

체온계
clinical thermometer

주사놓다
injection

처방전
prescription

맥박
pulse

체온
body heat

โรงพยาบาล

로－ㅇ파야－바－ㄴ

คลีนิก

클리－닉

ร้านขายยา

라－ㄴ 카－이야－

นายแพทย์

나－이패－ㄷ

นางพยาบาล

나－ㅇ파야－바－ㄴ

ปรอทวัดคนไข้

빠러－ㄷ왓콘카이

ฉีดยา

치－ㄷ야－

ใบสั่งยา

바이쌍야－

ชีพจร

치－ㅂ파쩌－ㄴ

อุณหภูมิร่างกาย

운나하푸－ㅁ라－ㅇ까－이

혈압
blood pressure

신경통
neuralgia

중독
poisoning

영양실조
undernourishment

맹장염
appendicitis

수술
operation

옥도정기
iodine tincture

소독약
disinfectant

식전 / 식후
before / after a meal

취침전에
before go to bed

제 11과 질 병

ความดันโลหิต
콰−ㅁ단로−힛

โรคปวดวิถี
로−ㄱ 뿌−얻위티−

อาการพิษจากสาร
아−까−ㄴ핏따−ㄱ싸−ㄴ

โรคขาดธาตุอาหาร
로−ㄱ 카−ㄷ(타−ㄷ)아−하−ㄴ

โรคไส้ติ่ง อักเสบ
로−ㄱ싸이띵악쎄−ㅂ

การผ่าตัด
까−ㄴ파−땃

ทิงเจอร์
팅쯔ㅓ−

ยาฆ่าเชื้อโรค
야−카−츠−어로−ㄱ

ก่อนอาหาร / หลังอาหาร
꺼−ㄴ아−하−ㄴ / 랑아−하−ㄴ

ก่อนที่จะนอน
꺼−ㄴ티−짜너−ㄴ

매 6시간마다
every six hours

흠, 부상
wound

화상상처
burn

상처
cut

홍진, (가려운) 발진
rash

제 12 과 사 랑
Love

나는 당신을 사랑해요.
I love you.

당신은 나를 사랑해요?
Do you love me?

나는 사랑에 빠졌어요.
I fall in love

우리 서로 사랑해요.
we love each other

제 12 과 사 랑

ทุกๆ6ชั่วโมง
툭툭혹추—어모—ㅇ

แผล
플래—

แผลวก
플래—루—억

บาดแผล
바—ㄷ플래—

ฝืน
프—ㄴ

ความรัก
콰—ㅁ 락

ผม / ดิฉัน รักคุณครับ / ค่ะ
폼(디찬)락쿤크랍(카)

คุณรัก ผม / ดิฉัน ไหมครับ / คะ
쿤락폼(디찬)마이크랍(카)

ผม(ดิฉัน)ตกหลุมรักครับ/ค่ะ
폼(디찬)똑룸락크랍(카)

เรารักกันครับ/ค่ะ
라오락깐크랍(카)

결혼할거예요 ?
Will you marry ?

물론이예요.
of course

언제 결혼 할래요 ?
When will you marry ?

금년 안에요.
Within this year.

첫사랑
first love

애인
sweetheart

연애편지, 애정편지
love letter

약속이 있다.
date

상사병, 마음의 병
love-sick

질투하다
jealous

제12과 사 랑

แต่งงานกันไหม ครับ/คะ)
때-ㅇ응아-ㄴ깐마이크랍(카)

แน่นอนครับ/คะ
내-너-ㄴ크랍(카)

จะแต่งงานกันเมื่อไรครับ/คะ
짜때-ㅇ응아-ㄴ깐므-어라이크랍(카)

ภายในปีนี้ครับ/คะ
파-이아이삐-니-크랍(카)

ความรักครั้งแรก
콰-ㅁ락크랑래-ㄱ

แฟน คู่รัก
홰-ㄴ쿠-락

สารรัก
싸-ㄴ락

มีนัด
미-낫

ไว้ใจ
카이짜이

หึง
홍

약혼
engagement

키스하다
kiss

제 12 과 사 랑 227

การหมั้น
까ーㄴ 만

จูบ
쭈ーㅂ